१६ इनसायडर | 16 INSIDER

१६ मराठी कवी | 16 Marathi Poets

Golden Page
Publication

गोल्डनपेज पब्लिकेशनचा उपक्रम | Goldenpage Publication Initiative

Golden Page
Publication

१६ इनसायडर

(कवितासंग्रह)

प्रथम आवृत्ती : २६ जानेवारी २०२१
(भारतीय प्रजासत्ताक दिन)

प्रकाशन क्रमांक : १५

संकल्पना-समन्वय-मुखपृष्ठ
प्रदीप खेतमर

संपादक
हेमंत गोविंद जोगळेकर
मनोहर सोनवणे
अंजली कुलकर्णी

मांडणी
आर्ट अॅडव्हर्टायझिंग

प्रकाशक
अमृता खेतमर । प्रदीप खेतमर
गोल्डनपेज पब्लिकेशन,
फ्लॅट नं. १४, श्री दत्त कॉर्नर,
दत्तनगर, आंबेगाव बुद्रुक, पुणे ४११०४६.
संपर्क : ७७२२००५०८१ / ९५५२३४०१६७
goldenpagepublication@gmail.com

16 INSIDER

(Marathi Translated Poem)

First Edition : **26 January 2021**
(India Independence Day)

Publication No. : **15**

Concept-Coordination-Cover
Pradeep Khetmar

Editor
Hemant Govind Joglekar
Manohar Sonawane
Anjali Kulkarni

Page Design
Art Advertising

Publisher
Amruta Khetmar | Pradeep Khetmar
Goldenpage Publication
F.No.14, Shree Datta Corner,
Dattanagar, Ambegaon Bk., Pune-46
Contact : 7722005081 / 9552340167
goldenpagepublication@gmail.com

सदाशिव पेठ, पुणे ४११ ०३०.   Sadashiv Peth, Pune- 411 030.

© Goldenpage Publication

ISBN : 978-81-942004-3-7

आमच्या
मातृभाषेला
समर्पित...

To
Our
Mother tongue...

"माझा मराठीची बोलू कौतुके।
परि अमृतातेहि पैजासी जिंके।" - श्री संत ज्ञानेश्वर

मातृभाषेविषयीचा न्यूनगंड हा काही अलीकडचा नाही. श्री संत ज्ञानेश्वरांनी संस्कृतच्या तुलनेत मराठी भाषेविषयी असलेला न्यूनगंड दूर करण्यासाठी आपल्या या विधानातून समाजाला दिलेला हा दिलासाच होय. काळाच्या ओघात संस्कृत मागे पडली आणि इंग्रजी पुढे आली. मात्र, मराठी तेव्हाही झगडत होती आणि आताही झगडत आहे, नव्हे झगडते म्हणून टिकून आहे. प्रभुत्व गाजवणाऱ्या भाषा येतील, भाषा जातील; मात्र तुम्हा-आम्हा रसिकजनांमुळे मराठी मात्र टिकून राहील, यात आता शंका वाटत नाही.

मुळात, भाषा हे एक असे साधन आहे की ज्यामुळे माणसामाणसांतील भेदाभेदाच्या सीमारेषा धूसर होतात; सांस्कृतिक-शैक्षणिक-सामाजिक-आर्थिक विकासाच्या कक्षा रुंदावतात; माणसाच्या जगण्याला वैश्विक परिमाण लाभते. ही प्रक्रिया वसुंधरेच्या दीर्घ अस्तित्वासाठी अत्यंत महत्त्वाची असल्याचे ग्लोबल वॉर्मिंग, दहशतवाद, नैसर्गिक आपत्ती आदी खूप साऱ्या गोष्टींनी आपल्याला पटवून दिले आहे. त्यामुळे मानवजातीने आता कुठल्याही भाषेचा तिरस्कार करण्याऐवजी आपल्याला जितक्या भाषांचे ज्ञान अवगत करून घेता येईल, तितके करून घेणे अधिक फायदेशीर ठरेल. भाषाभाषांचा दुःस्वास आत्मनाशी आहे. एखादी भाषा श्रेष्ठ आणि दुसऱ्या भाषा कनिष्ठ, कुचकामी, अव्यवहारी ही भावना पूर्णतः चुकीची आहे.

'१६ इनसायडर' हे पुस्तक भाषाभाषांमधील वरील नकारात्मक गोष्टींना बाजूला करून सकारात्मक गोष्टींची पेरणी करण्यासाठीचा छोटासा प्रयत्न असल्याचे आम्ही मानतो. पुढे याच मुद्द्यांच्या अनुषंगाने आणखी काही प्रयत्न करता आले तर चांगलेच! तूर्तास, या पुस्तकाच्या निर्मितीत सहकार्य करणाऱ्या सर्व कवी, अनुवादक आणि आशयसंपन्न प्रस्तावना अल्पावधित लिहून देणारे ज्येष्ठ साहित्यिक डॉ. किशोर सानप, पुस्तकाविषयी महत्त्वाची प्रतिक्रिया देणारे ज्येष्ठ साहित्यिक व माजी संमेलनाध्यक्ष वसंत अबाजी डहाके यांचे आम्ही ऋणी आहोत. तसेच उत्तम छपाई करणाऱ्या स्मिता प्रिंटर्सचे मनःपूर्वक आभार. हा प्रयोग तुम्हास कसा वाटला, हे जाणून घेण्याची आम्हाला अत्यंत आतुरता आहे.

प्रदीप खेतमर । अमृता खेतमर

Forward...

Inferiority complex about the mother tongue is not a recent phenomenon. While comparing the *Sanskrit* and *Marathi* language; Saint Dnyaneshwar through his statement tried to take away this inferiority complex about the vernacular language. During the passage of time, indigenous culture has taken a back seat and the English got the prominence. But the *Marathi* was struggling at that time and the situation is the same today as well; and it exists because it struggles. Languages; those will dominate, will appear and vanish; but because of the people like you and me, those who love their mother tongue, the *Marathi* will never lose its existence, it will exist forever.

Basically; language is such an instrument; because of which the discriminating borders among the human are wiped out; peripheries of cultural-educational-social-economical development gets extended, and the human life gets the universal context. This process is very important for the longer existence of the earth and phenomena's like global warming, terrorism, natural disasters have convinced us about it. Because of this; instead of disdaining any language, learning as much as different languages possible, will be more beneficial to the human race. Hatred among the languages is self destructive. Considering any one language as the supreme and dishonoring the other languages; considering them as unworthy is a very wrong notion.

We consider '16 Insider' as our small attempt to take away all the negative things mentioned above and to sow the positive ones. It will be great if we could do such things in the future as well! At present; I am very thankful to all those who have offered me their valuable cooperation for the creation of this book, that includes all the poets, translators and Dr. Kishor Sanap a very renowned personality in the world of literature for writing the preface, and also Vasant Abaji Dahake for his important opinion. I also thank Smita Printers from the for the superior and classic printing quality. Now, we are very eager to know from you about this experiment.

Pradeep Khetmar | Amruta Khetmar

प्रस्तावना :
ग्लोबलयुगातील महाविनाशाचा शोध घेणारी कविता

'**१**६ इनसायडर' हा १९७० ते २०२० पर्यंतच्या काळात मराठी कवितेत स्वतंत्र नाममुद्रा उमटविणाऱ्या आणि ग्लोबलयुगातील महाविनाशाचा शोध घेणाऱ्या तब्बल १६ कवींच्या पाच-पाच कवितांचा समावेश असलेला द्विभाषिक कवितासंग्रह (मराठी व इंग्रजी) जागतिक पातळीवर 'गोल्डन पेज पब्लिकेशन, पुणे'तर्फे प्रकाशित होत आहे. भारतीय भाषा व जागतिक साहित्यात समकालीन मराठी कवितेचे दालन समृद्ध करणारे हे कवी आहेत. संपादक हेमंत जोगळेकर, अजंली कुलकर्णी, मनोहर सोनवणे आणि प्रकाशक व सुप्रसिद्ध चित्रकार प्रदीप खेतमर व अमृता खेतमर यांचा हा प्रयत्न बहुधा पहिलाच असावा. हेमंत गोविंद जोगळेकर, सिसिलिया काव्हीलो, नीलिमा गुंडी, अंजली कुलकर्णी, मनोहर सोनवणे, रवीन्द्र लाखे, अजय कांडर, श्रीधर नांदेडकर, वर्जेश सोलंकी, पी. विठ्ठल, प्रतिभा सराफ, गीतेश गजानन शिंदे, रमजान मुल्ला, भारती बिर्जे डिग्गीकर, मीनाक्षी पाटील, सुनंदा भोसेकर मिळून नऊ कवी आणि सात कवयित्रींचा '१६ इनसायडर' द्विभाषिक काव्यसंग्रहात समावेश आहे.

हे सर्व कवी समकालीन जगातील समस्या, दुःखे, संवेदनशील जाणिवांचे प्रतिनिधित्व करतात. आजच्या जगाकडे कालच्या आणि उद्याच्या 'इनसायडर' दृष्टीने पाहतात. ह्या कवींची झेप जगाच्या अवकाशाला सर्वंकष गवसणी घालणारी आहे. हे कवी महाराष्ट्र ते भारतीय जनजीवनासह जगातील सर्वहारा-शोषित-दलित-पीडित-आदिवासी माणसांची बाजू घेतात. अभावग्रस्त जगाच्या बाजूने त्यांची कविता पारदर्शकपणे उभी असते. केवळ आपल्याच भवतालात हे कवी गुंतून पडत नाहीत. सृष्टितील पंचतत्त्वांच्या अवकाशात कविता निसर्गाशी संवादी होते. तशीच ती माणसाच्या आतील आवाजाची स्पंदनेही टिपते. पानांफुलांत, शेतीशिवारात ती सृजनाच्या प्रेरणा शोधते. जलप्रलय, महामारी, निसर्गातील संकटांशी झुंजताना, जगातल्या समकालीन दहशतीत-भय आणि दंगलीत सापडलेल्या निरपराध कुटुंबाच्या दुःखातही दुःखमुक्तिचा दिलासा देते.

युगायुगांचा शोध घेताना मिथक्कथा, पुराणकथा, पुराणे, इतिहास, तत्त्वज्ञान, सामाजिक शास्त्रे आणि राजकीय व्यवस्थेतील विसंगती-गफलतींवर तिरकस आणि उपहासात्मक भाष्य हे कवी करतात. आशय आणि अभिव्यक्तीचे निरनिराळे प्रयोग करतात. कवीने निर्माण केलेल्या स्व-तंत्र शैलीत, मुक्तछंदातील रूपबंधांतही मुक्त रचना करू पाहतात. अनुकरणापेक्षा त्रिकालाबाधित संवेदनांचा शोध घेतात. नवी शब्दकळाही निर्माण करतात. प्रतिमा, प्रतीके,

'**1**6 Insider' a bilingual (Marathi and English) poetry collection of 16 renowned Marathi poets, those who have left their independent mark on Marathi poetry and tried to understand the massive destruction in the global age is getting published worldwide by the 'Golden Page Publication, Pune'. These poets are those who have enriched the Indian languages and Marathi poetry in the global literature. This may be the first effort of Editors Hemant Joglekar, Anjali Kulkarni, Manohar Sonawane and also Pradeep Khetmar (Publisher and renowned graphic design artist). This bilingual poetry collection '16 Insider' has poems of 9 Poets and 7 poetess i.e. Hemant Govind Joglekar, Cecilia Carvalho, Neelima Gundi, Anjali Kulkarni, Manohar Sonawane, Ravindra Lakhe, Ajay Kandar, Shreedhar Nandedkar, Varjesh Solanki, P. Vitthal, Pratibha Saraph, Geetesh Gajanan Shinde, Ramjan Mulla, Bharati Birje-Diggikar, Meenakshi Patil, Sunanda Bhosekar.

All these poets represent problems, sorrows and sensitive consciousness of the contemporary time. They seek towards contemporary world from yesterday's and tomorrow's 'Insider' point of view. Their leap embraces the world space in totality. These poets take side of the tribals, socially backwards- deprived and tortured people right from Maharashtra, India and also for the entire world. Their poetry stands transparently for the world of deprives/ have nots.

They just don't confine themselves with their own surroundings. The poetry establishes dialogue with the nature, in the space of five elements. Also, it grasps the pulse of the inner human voice. It seeks the creative inspiration in the flowers and leaves and in the agriculture fields. While battling with the floods, epidemic, natural disasters; it also seeks to give salvation to the innocents, those who have been the victims of terror, fear and the riots of the contemporary world.

While seeking the mistakes and malpractices happened since ages; in the mythological stories, ancient tales, history, philosophy, social sciences and political system, these poets makes sarcastic expression about it. They undertake various experiments of content and expression. They try to express in their own

मिथक्कथांचाही उचित वापर करतात. हे कवी रचनेतील जड व अबोध प्रतिमांचा वापर टाळतात. दुर्बोधतेपेक्षा सुबोधतेकडे कवींचा कल आहे. कलावादी व स्वायत्ततावादी काल्पनिक विश्वात हे कवी रमत नाहीत. जगातल्या वर्तमानाशी आणि अभावग्रस्तांच्या जीवनाला लागलेल्या ग्रहणाविषयीचे चिंतन हे कवी करतात. आजच्या मानवी जगाशी आणि निसर्गातील असंतुलनाबद्दल जबाबदार शासनव्यवस्था तसेच भांडवली महासत्तापिपासू जगाच्या विद्रूप व विकृत विकासाविषयी प्रश्न उपस्थित करतात. विषयाचे नावीन्य, शैलीचे नावीन्य, रचनेची विविधता, मुक्तछंदाचे लक्षवेधी प्रयोग, समकालीन जगभाषेची नवनिर्मिती व तिरकस-चौकस वापर अशा सर्वांग परिपूर्ण कवितांची रचना करणारे हे कवी आहेत.

जीवनमूल्यांची कमालीची पडझड एकविसाव्या शतकाच्या पहिल्या दोन दशकात झाल्याचे आजच्या जगाचे वर्तमान आहे. या दोन दशकात जगात खूप परिवर्तनं झालीयत. ग्लोबलयुगात लोकशाहीच्या अंतर्गत सत्ताकेंद्रित शोषण व भेदाचे राजकारण सुरू झाले. संगणकयुग आणि महासत्तांच्या स्पर्धायुगात माणसाचे 'वस्तूकरण' झाले. माणसांची यंत्रे बनली. भांडवली सत्ता आणि महासत्तांचे ग्लोबल मार्केटिंग युद्ध सुरू झाले. महायुद्धासाठी टपून बसलेल्या महासत्ता, मल्टिनॅशनल कंपन्यांचे राजकारण, कार्पोरेट ऑग्रीकल्चर-सेझ, बुद्धिवादी व शिक्षित जमातीचे रोबोट जन्माला आले. टेस्टट्यूब बेबी-सरोगसी मदर, महामारी, कोरोना, महापूर, चक्रीवादळे, काँक्रिटची जंगलं, पंचतत्त्वांचा महाविनाश, प्रदूषणाचा भस्मासूर, उपजाऊ जमिनीचे सपाटीकरण, महाविनाशाला कारणीभूत ठरलेली अवजड यंत्रे-जेसीबी, रणगाडे, विमाने; स्मार्ट सिटी, आपका साथ-सबका विकास, मेक इन इंडिया, मेट्रो, बुलेट ट्रेन, उड्डाण पूल, पहाड कोरून सिमेंटचे बोगदे, जंगलांची कत्तल, जलप्रलय, शेतकऱ्यांच्या आत्महत्या, मॉल कल्चर, ड्रग्ज् पाट्र्या, रेव पाट्र्या, गे कल्चर, लवजिहाद, जातिद्वेष-वर्णद्वेष, राष्ट्रवाद आणि धर्मांधता, दंगली आणि बॉम्ब हल्ले, हुकूमशहा, लोकशाही आणि विचारांची पिछेहाट, महासत्तांची युद्धपिपासा अशा कितीतरी समस्यांशी झुंजताना लहानसहान देशांच्या अर्थव्यवस्थेचे दिवाळे निघाले. आज जगातील देश ऐकमेकांकडे संशयाने आणि दहशतीने पाहत आहेत. केव्हाही महायुद्ध सुरू होईल, अशी स्थिती आजच्या जगाच्या उंबरठ्यावर उगवली आहे.

आजचं जग महाविनाशाच्या प्रतिक्षेत ज्वालामुखीच्या अग्रावर उभे आहे. 'इनसायडर' कवींनी आजच्या ह्या 'महाविनाशाची आणि महासत्तांच्या राजकारणाची' गंभीरपणे दखल घेतली आहे. अर्थातच, हे सर्व कवी आजच्या आणि उद्याच्या नव्या युगांतराची जाणीव करून देतात. हे कवी आशावादी आहेत. नव्या जगाच्या आणि सर्वहारांच्या दुःखमुक्तीचे संवेदन मानवी मनांच्या शेतात पेरताना दिसतात. मृत्यू पावणाऱ्या जड शरीरात चैतन्याचा दिवा लावताना हे कवी 'ग्लोबल व्हिलेजच्या निर्मितीने सत्ताकारणाला-धर्मांधतेला-शोषणाला' जरब बसवताना दिसतात. सृष्टीच्या अवकाशात पंचतत्त्वांच्या परिघात हे कवी मानवी अस्तित्वाचा आणि माणसाच्या आतल्या जाणिवांचा वेध घेतात.

जागतिक तत्त्वज्ञ, सत्य-अहिंसा-शांतीचे पुजक महात्मा गांधी यांनी द्रष्टादृष्टीने शंभर वर्षांपूर्वीच 'ग्लोबल यंत्रसंस्कृती आणि मानवी सृष्टीचा महाविनाश' ओळखला होता. 'हिंद-स्वराज्य' या छोटेखानी पुस्तिकेत गांधींनी ग्लोबलयुगाच्या अंताची अनेक कारणे दिलेली होती. 'सभ्यता म्हणजे मनुष्याला कर्तव्याचा मार्ग दाखविणारी वागणुकीची पद्धत. कर्तव्य

separate, individual style and also in a free manner. Instead of accepting the followership, they try to seek the universal true sensitivities. They also try to form their own wordings and expressions. Make appropriate use of images, symbols and myths. They try to avoid the heavy and difficult images for their creations. Instead of making the things difficult they are more inclined to keep it simple. They don't get absorbed in the artistic and individualistic world. They think about the present time in the contemporary world and the eclipse formed around the life of the deprived people. They raise questions about the political system, that is responsible for the imbalance in the human life and the environmental system and also about the ugly, abnormal development of the mega power seeking capitalist world. These poets are those, who write complete and comprehensive poetry by dealing with new subjects, new styles, variety of creations, captivating experiments of the free forms, creation and use of curious-sarcastic contemporary world language.

Extreme loss of the value-system is the characteristic of the contemporary world that arose in the first two decades of the twenty first century. There are many transformations in the world in these two decades. Through the democracy, power centric exploitation and division based politics started in the global age. Humans were transformed into the artifacts in the age of computers and the rivalry of the superpowers. Humans became machines. Global marketing war of capitalist powers and superpowers began. Economies of the small countries faced insolvency while facing the problems like superpowers waiting for the world wars, politics of multinationals, corporate- agriculture SEZ, concrete jungles, mega destruction of the five natural elements, monster of pollution, flattening of fertile lands, JCB- the machine responsible for the mega destruction, tanks, airplanes; smart-cities, all inclusive development (*Sabka Saath Sabka Vikas*), Make in India, metro, bullet train, flyovers, cement tunnels created by scooping out the mountains, destruction of forests, floods, farmer suicides, mall culture, drug parties, rev parties, love jihad, caste and class hatred, nationalism and bigotry, riots and bomb attacks, dictators, regression of democracy and thinking schools, war fever of super powers and many more. Today the countries in the world are looking towards each other with suspicion and fear. The situation of the outbreak of the world war at any time has arisen and it is at the doorsteps of the world.

Today's world is standing at the point of the massive destruction. The Insider poets have taken into account this 'massive destruction' and the politics of superpowers seriously. These poets make us aware about the new age transformation happening in today's and tomorrow's world. These poets are hopeful. Trying to sow the seeds of liberation from the sorrow in the human mind for the ones, who are in the pain and also for the new world. While igniting the lamp of the spirit in the dead corpus they also seem to checkmate the power

बजावणे म्हणजे नीतीचे पालन करणे. नीतीचे पालन म्हणजे आपल्या मन-इंद्रियांना ताब्यात ठेवणे. असे केल्याने आपण स्वतःला ओळखतो. हीच सभ्यता किंवा सुधारणा. याच्या विरुद्ध ती कुधारणा... जगात धनवान श्रीमंतीमुळे सुखी नाहीत, गरीबही गरीबीमुळे दुःखी नाहीत. कोट्यवधी लोक गरीबच आहेत. हजारो वर्षांपूर्वी जो नांगर होता, त्याने आपण आपले काम चालवले. हजारों वर्षांपूर्वी जशा आपल्या झोपड्या होत्या त्या आपण तशाच ठेवल्या. हजारों वर्षांपासून जसे आपले शिक्षण होते तसे ते चालू ठेवले. आपण घातक स्पर्धा समाजात ठेवली नाही. प्रत्येकजण आपापला धंदा करीत राहिला. त्यात त्यांनी नियमाप्रमाणे दाम घेतले. आपल्याला यंत्रे वगैरे शोधता येत नव्हती, असे नाही; पण यंत्र वगैरेच्या जंजाळात जर माणसे सापडली तर ती गुलामच होतील आणि आपली नीती सोडून देतील. आपण हातापायांनी जे होईल तेच करावे. हातपाय वापरण्यातच खरे सुख आहे. त्यातच आरोग्य आहे. सर्वसामान्य लोक स्वतंत्र असत आणि शेतीचे व्यवसाय करीत. खऱ्या स्व-राज्याचा ते उपभोग घेतात... मोठी शहरे स्थापन करणे ही व्यर्थ उठाठेव आहे. त्यात लोक सुखी होणार नाहीत. त्यात सोनेरी टोळ्या आणि वेश्यांच्या वस्त्या उठतील. गरीब माणसांना धनिक लुबाडतील. लहान लहान खेड्यात राहण्यातच संतोष आहे. अशा प्रकारची खेड्यांमध्ये-ग्रामस्वराज्यातील समाज रचना जिथे जिथे आहे, तिथले लोक जगाला शिकवायला लायक आहेत. जेथे चांडाळीण पाश्चात्य सभ्यता पोचलेली नाही, तेथे तसे अजूनही अस्तित्वात आहे...''(महात्मा गांधी, 'हिंद-स्वराज्य', मराठी अनुवाद-वसंत पळशीकर, १९०९) जगाच्या दुर्दैवाने गांधींचे भाकित एकविसाव्या शतकाच्या उंबरठ्यावरच खरे ठरले. गांधींचे स्वराज्य, मानव-निसर्ग रक्तसंबंध समकालीन कर्वींनी कवितेतूनही उग्र आणि तिव्रतेने मांडला आहे.

सृष्टीच्या-निसर्गाच्या सान्निध्यातच माणसाला निसर्गाशी आणि माणसांशी सुसंवादी होता येते. हा गांधीविचार प्रत्यक्ष-अप्रत्यक्षपणे 'इनसायडर' कर्वींनी युगायुगांचा शोध घेताना, कवितेतून आपापल्या स्वतंत्र आशय आणि शैलीतून मांडला आहे. सृष्टीच्या-निसर्गाच्या सान्निध्यातच माणसाला निसर्गाशी आणि माणसांशी सुसंवादी होता येते. अनादिकाळापासून तर वर्तमान समकालाच्या जागतिक अवकाशात हे कवी मानवी अस्तित्वाशी सुसंवादी होतात. हे कवी 'गॉड इज डेड' म्हणत नाहीत, तर 'मॅन इज गॉड' मानतात.

जगातील बदलत्या जीवनमूल्यांचा, निसर्गाने माणसांचा साथ सोडल्याच्या कारणांचा धांडोळा घेताना हे कवी '१६ इनसायडर' मधून जागतिक मानवी व्यवस्थेला व निसर्गाच्या पतनाला स्पर्श करीत व्यक्त होतात. हेमंत जोगळेकर परमेश्वर कल्पून आईच्या मुक्तीला संमती देतात. 'मॉनिटरच्या काळ्या पडद्यावर थरथरतेय आईची हिरवी जीवनरेषा, हॉस्पिटलमध्ये संथपणे वर खाली होतेय मुलाला जीवनरस पुरवणारी तुझी छाती...' आईच्या अंगाईचे करुणस्वर ऐकून मुलगाच परमेश्वर बनून, आईच्या मृत्यूला संमती देतो. सिसिलिया काव्हलो, 'भुईवरील प्रतिबिंबही न्याहाळता येत नाही, चुलीच्या जाळात प्रतिबिंब जळून जातं, सारा दिवस भूरभूर उडून जातो, संध्याकाळी सारं आकाश अंगावर येतं, अस्तित्व उडून जातं, कभिन्न काळा काळोख आरसा होतो...' नीलिमा गुंडी पृथ्वीच्या अवकाशात मानवी अस्तित्वाचा शोध घेतात. 'तुझी अविरत गती आणि गोंदली गेली, माझ्याही पायांवर तुझी ओलसर माती...' पृथ्वी-सृष्टीच्या अवकाशात माणसाने स्वतःचा शोध घेणे, ही प्रतिभावंतांची मध्यवर्ती अस्तित्वधारा आहे. माणूस आपल्या जगण्याच्या अन्वयार्थाचा शोध घेतो, जगरहाटीच्या

politics-bigotry and exploitation taking place because of the creation of a global age. In the space of a nature and also in the periphery of five elements they try to understand the human existence and the inner human sensitivities.

Mahatma Gandhi; the global philosopher and devotee of truth- nonviolence and peace realized this global machine culture and mass destruction of human universe, hundred years ago. In a small booklet 'Hind-Swaraj' Gandhiji mentioned about the hundreds of reasons for the end of the global age. "Civilization means the way of behavior that shows the path of duties to a human. Fulfilling your duties is following the ethics. Following ethics mean keeping our mind and body under our control. Doing this, we understand ourselves. This is what civilization and advancement is. Against this is the ill thinking…in the world rich people are not happy because of the affluence and the poor's are not unhappy because of the poverty. Billions of the people are poor only. We managed with the plough, which existed thousands of years ago. We kept our huts intact same as thousands of years ago. We continued with the same education system. We did not create deadly competition in the world. Everyone continued their work. In that, they took the price as per the rules.

It was not that we could not invent the machines; but if the humans are trapped in the machine mess, then they will be the slaves and they will leave their ethics. We should do what our body is capable of. Using our hands is a real bliss. Common people were independent and agriculture was their occupation. They experience the real self rule… creating big cities has no meaning. People won't be happy with that. It will be full of golden gangs and colonies of whores. Wealthy people will rob the poor. Peace and happiness lies in staying in the small villages. The people staying in such villages where the concept of *Gramswaraj* exists are able to teach the entire global community. It still exists in the places, where the western culture vamp has not reached…." ("Mahatma Gandhi". 'Hind Swara', Marathi Adaptation- Vasant Palashikar, 1909). With the great misfortune of the world, Gandhiji's prophecy became true only at the beginning of the twenty first century. The contemporary poets expressed about Gandhi's Swaraj, human-nature blood relations in their poetry furiously and intensely.

Only in the company of the nature, man can have a dialogue with it. This Gandhian thought is expressed directly-indirectly by the poets of the '16 Insider' through their independent content and style. In the space of age long time till the contemporary age, these poets establish dialogue with the human existence. They don't say that 'God is dead', instead they say 'Man is God.'

Through insider, seeking the changes in the value system in the world, the cause's nature has left the company of humans, these poets expresses themselves by touching the world human system and the decline of the nature.

While seeking the changes taken place in the value system; and the reasons for which humans parted away from the nature, these poets express themselves

जगदाकारातच. पृथ्वी ही पंचतत्त्वांनी बनलेली. सजीव-निर्जीव सृष्टी उत्पत्ती-विलयाची 'मातृधरा' असते.

अंजली कुलकर्णी व्यक्त होतात, स्त्री विश्वाची समग्रता घेऊन. पुरातन बंदिस्त एकाकी जीवघेण्या किल्ल्यातून बाहेर पडण्याची धडपड, हेच अनादिकाळापासून स्त्री जन्माचे रहस्य बनलेले आहे. 'आता निरर्थकाचा अंत होऊ दे, आता अर्थघनतेचा जन्म होऊ दे' हीच प्रार्थना आजही जगातली प्रत्येक स्त्री पंचतत्त्वांना करताना दिसते. कविता कशी असते? तर ती 'तुकड्यातुकड्याने आत्महत्या...जगण्यास ओलीस आत्मा, बाहेर पडतेय् भय आणि गुदमर...' मनोहर सोनवणे यांनी, गाडीत तिघे आहेत-भय मनात घर करून असते. युसुफ-योहान-अमर. तिघेही गाडीत अबोल आहेत. प्रत्येकाला वाटते दुसऱ्याजवळ शस्त्र आहे. पण शस्त्राचे भय डोक्यात असते. शस्त्र कुणाहीजवळ नसते. 'गाडीत विश्वास नाही, संशय आहे... संशयावर विश्वास आहे...गाडी ज्वालामुखीवरून चालली आहे...आणि गाडीत तिघे नाहीत, आपण सगळेच आहोत...' धर्मांधता, दहशत-दंगली, भय या आजच्या हिंस्र जगावर अचूक बोट ठेवले आहे.

रवीन्द्र दामोदर लाखे म्हणतात, 'दुःखाच्या गळ्यात मंगळसूत्र पडली की दुःख सूत्रबद्ध होऊन उदात्त ठरतात...' सध्या प्रगतीच्या ऑनलाईन-मल्टिप्लेक्स युगात प्रत्येकजण दुःखीच असतो. मिथकथाचे वर्तमानात रूपांतर करताना, अर्जुनाचा महाभारतातील घोडा लेखकाच्या दारात दत्त उभा राहून, 'तुमचा चेहरा लेखकासारखा वाटतो, माझ्यासाठी तुम्ही परत महाभारत लिहा, मला न्याय द्या...' माणसांना न्याय मागता येतो. मुक्या प्राण्यांनी कुणाला न्याय मागावा? भारती बिर्जे डिग्गीकरांच्या कवितेतील प्रतिमासृष्टी समकालीन जगाच्या विकृतीची नोंद घेताना दिसते. उदाहरणार्थ, चंद्र सुगंधी, निवडुंग, वठल्या बुबुळाचा कावळा, जिती डहाळी, विकृतीचे पीक, आक्रोशाचे संगीत, दुष्काळाचे तडे, रक्तमास सडे, भूक आहे पाप, जगणे स्वप्नसमान, मळभलेले आभाळ, 'प्रकाशाने बहरून येतील माझे पंचप्राण' फूटपाथचे अजगरी धोरण, 'अंतिम सत्य हे नाव मृत्यूचे', शीलावर फुले, कोमल गंध, अनाहत गलबलाट, नृत्यमग्न मोर, बोटांच्या मेणबत्त्या आदी.

गीतेश गजानन शिंदे ग्लोबल वर्तमानाचं व्हायरसरंगानं रंगवलेलं चित्र उभे करतात. उद्याच्या सूर्याची शाश्वती नाही, कानठळ्या बसणारे बाँब हल्ले, फायटर प्लेनच्या किंकाळ्या, वारा वाहतोय भिती बनून, मशिनगनने चाळणी झालेल्या भिंती, श्वासात मिसळलीय बारूद मिश्रीत हवा, खडूंऐवजी काडतुसं, सिमेंटची जंगलं, शेवटचं बहरलेलं झाड, झाडांच्या ऑक्सिजनलाही कॅश करणारं ग्लोबल मार्केट, जंगलं नसली तरी प्रयोगशाळेत ऑक्सिजन तयार करणारं जग, डीएनएत बदल घडवणं, सनस्क्रिन लोशन, ओझोनची छत्री शिवण्याची कल्पना, कार्बनडायऑक्साईड पचवण्याची तयारी. मनाची हार्डडिस्क, मेमरीतून डिलीट नाती, अस्तित्वाचं गाव, मनाचा ड्राईव्हर निकामी करणारा व्हायरस, उपलब्ध नाही अँटीव्हायरस, स्वतःला फॉर्मेट करणं, इन्स्टॉलेशनचे सर्व प्रोग्राम गायब, आयुष्य रिसायकल बिनमध्ये टाकलेलं, माणसाचं रोबोट होणं; ही आजच्या युगाची अटळता आहे. 'ती मुलं, कोणती स्वप्नं पाहत असतील, तुमच्या जगाच्या उज्वल भविष्यासाठी' हा प्रश्न कवीने जगाला विचारला आहे.

मीनाक्षी पाटील यांनी महानगरीय समकालीन जीवनाचे दैनंदिन वास्तव किती जीवघेणे

through '16 insider' by touching the global human system and the deterioration of the nature. Hemant Joglekar imagines the mother as the god and permits her salvation. *"On the monitor's black screen / Your trembling green lifeline is seen / Tubes hang over you as you sleep / Lifelines that alive you keep."*. Listening to the lullaby full of compassion, her son allows the salvation of the mother. Cecilia Carvalho, *"I can't see my reflection on the ground. / Arrange this, remove that lay out this, lift up that, / while doing my household chores / my reflection seems to have burned in the fireplace. / and footsteps become ashes. / The day crackles away."*. Neelima Gundi seeks the existence of the human in the space of Earth. *"O Earth / The Ceaseless momentum / Has flowed down in my veins / From each of your particle / And tattooed on my feet too / Your moist soil"*. Trying to understand oneself in the space of earth and nature is a core existence stream that a genius has. Humans try to understand the life they are living in the stream of a life itself. Earth is made up of five elements. The living-non living universe is the mother of dissolution.

Anjali Kulkarni expresses herself with the comprehensive womanhood. A struggle to come out from an age old lonely, closed castle has become the secret of a women's life since ages. *"Let the meaningless die / and the meaningful be born..."*. Every woman across the world offers the same prayer to all the five elements. How the poetry does looks? It's like, *"The soul is captivated by the terror let loose by life / It seeks rage in words / The fear and suffocation finds expression in my words"*. Manohar Sonawane says, they three are there in the car-with the fear in their heart. Yusuf-Yohan-Amar. All are silent in the car. Everyone feels that the other person is carrying a weapon. But no one has it. *"There is no trust in the bus, but doubt... surely is! / Distrust prevails over trust / The bus is running over a volcano / And they are not three in the bus / but we all are!"*. This perfectly pin points the bigotry, terror-riots, fear in today's contemporary world.

Ravindra Damodar Lakhe Says, *"But now her neck was adorned by a very prominent Mangalsutra. / Very oxymoronic / Mangalsutra - an eternal way to glorify an eternal sorrow"*. In today's online-multiplex mode of progress everyone seems to be unhappy. While transforming the myths into the present time the horse from the *Mahabharata* stands next to the writer's door and says, *"You seem to be a writer / Rewrite Mahabharat for me / And give me my due."*. Humans can ask for justice. Where should the animals go? The imagery in the poetry of Bharati Birje-Diggikar seeks the abnormalities in the contemporary world. For example *"My soul baths in light | everything is exactly right / Or so, I tell myself."* Etc.

Geetesh Shinde creates the picture of the present global world colored with the virus paint. *"Those who are not sure / to see tomorrow's sun / Due to heavy bombings / whose window panes are broken, / In their piece of the sky /*

असते, यावर भाष्य केले आहे. 'बदलून टाक सगळ्या गोष्टी सुरुवातीपासून शेवटापर्यंत...' नव्या युगाच्या गोष्टी मुलांना केव्हा आणि कोण सांगणार? 'सर्वत्र काळोखाचा प्रचंड आवर्त, अन् या आवर्तात गोठलेली मी', 'कपाटात कोंबावीत असंख्य कपड्यांची लक्करं, तशी ही माणसं कोंबली जातात... अन् कपाट उघडताच बदाबदा पडणाऱ्या लक्करांसारखी, सकाळी सकाळी या शहराच्या अंगावर पडतात...' फुटलेल्या उंबरात वळवळणारे कीडे, शहराचा वारा, ओशट दमट कष्टाचा खारा वास. स्वतःचा मृत्यू झाल्याची थंड-जड जाणीव. प्रतिभा सराफ तर लिहितात की, वास्तवाशी संवाद तुटतो. आभासी जगताशी संवाद सुरू होतो. लॅपटॉपच्या खिडक्या, भावनिक खिडक्या, मनाचे पडदे, खिडकीबाहेच्या माणसाशी व निसर्गाशी संबंधविच्छेद झाल्याची वातानुकुलित जीवनाची जाणीव कवयित्री करून देतात. रमजान मुल्ला आजच्या युद्धखोर हिंस्त्र जगाचा वेध घेताना म्हणतात, 'हा कुठल्या युगाचा ओरडतोय दहशतीचा कावळा, चळवळीच्या चालत्या पायात कोण असा ठोकतोय खिळा' माणसाच्या मुक्त श्वासावर देवाचा हल्ला, भीतीच्या सुसाट सुश्रेतचं कवच, शरणागत ठिणगी, 'युद्धाचा बिगुल वाजण्याआधी, लेखणीने, त्यांच्यातला बुद्ध, गांधी आणि भगतसिंग यांचा योग्य क्रम लावायला हवाय...'

सुनंदा भोसेकर उद्याच्या जगाचे सुंदर स्वप्न रंगवतात. शहाणीसुर्ती माणसं दवाखान्यातून आणलेल्या बाळाच्याही कानात 'जग सुंदर असल्याचे चित्र उभे करतात.' खरेतर आपण सर्वजण वृक्षाच्या खोडासारखे कठीण 'त्वचेवर खवल्यांचे खवडे, आणि भेगांमधून फिरणारी वाळवी', 'इतक्या कल्पनाविस्तारानंतर कविता येईल, अर्थाच्या जाळ्यांचे सडे पडतील मातीवर...' 'आताच नाही तर कालांतराने.' वर्जेश सोलंकी यांनी वर्तमान जगातील धर्मांधता, हिंसा, क्रौर्य, दहशत, भीती यांचा मागोवा घेतला आहे. चेचेन्यात जन्मलो तर मारला गेलोसतो रशियन सैनिकांकडून, अमेरिका, रशिया, व्हीएतनाम, युगांडा, जर्मनी, पाकिस्तान, आफ्रिका, कंदहार, कोलंबो आदी. 'कुठेंकुठेमारलातुडवलाकापलानिउडवला गेलो असतो. भारतात काय किंवा इतर ठिकाणी काय?' जफरच्या घरी रमझानचं सरबत प्यालो व त्याच्या निकाहला बिरयानी. फाळणीनंतरही गरीब मोहल्ल्यात गरीब जातिजमातीची माणसं घरोब्यांं नांदतात. काही दिवसांपासून गल्ली मोहल्ल्यातून फिरवतंय कोणी, जफर व माझ्यातली वेगळेपणाची पत्रकं...' दहशतीने फाटलेली शहराची त्वचा, विजेच्या तारांवर लोंबकळणारा कावळा, भित्रेपणाची सवय झालेली माणसं, चिरडलं गेलंय आंदोलन, विस्कटलेलं कुटुंब, धुळीसारखी सामाजिक जाणीव व संवेदनेचं अंतिम टोक झटकणारी माणसं, सकाळच्या चहासारखी वाटणारी उबदार हिंसा, उशीरा आलेल्या बससारखं ताटकळून ठेवलेलं असतं आतलं क्रौर्य... बाहेर येरझारा किंवा गोंधळ सुरू झाला की समजून घ्यावं आपण एक्झिट व्हायची वाजू लागलीय घंटा...'

श्रीधर नांदेडकर, 'झाडांवरच्या पाखरांसारखे एकत्र आलो, प्रेमळ कलकल केली आणि पांगलो दिही दिशांनी, तरीही हजारो वर्ष सळसळत राहील मनातलं एकोप्याचं झाड...' द्वेषाची भूल, दुष्ट राजा वारंवार सिंहासनावर विराजमान, पांगलेल्या सगळ्या मित्रांना एकोप्याची हाक. 'दुःखाचा ढग फुटला, तर मी झेलीन' असेही म्हणतात. 'एवढं लक्षात ठेव, पाखरू कोंडून ठेवलं, की गाणं वणव्यासारखं पसरतं जगभर...' चोचीतली काडी घर उभारण्यासाठी, 'पण तुझं वागणं असं,की तिच्यात उमटतेय, एक आगीची ठिणगी... ठिणगी फार वेगानं, आगीत रूपांतरीत होत असते'. बशर नवाज साहेबांशी दुखरा संवाद साधताना, 'कवीचं मरान पाहण्याचं धाडस नव्हतं म्हणून बशर साहेब तुम्ही गेलात, मी सशासारखा बिळात लपून राहिलो बशर

instead of chirping of birds / the screams of fighter planes are rising, / Instead of tractors / tanks are moving in the farms". are the unavoidable things in today's world. *"Those children are having exactly what kind of dreams for brightening future of your sophisticated world ?"* is the question asked by the poet to the world.

Meenakshi Patil comments about the severity of the day to day metropolitan life. *"Change all the stories / From beginning to end!"* Who is going to tell the stories of the new world to the children and also when? *"There's prodigious recurring darkness everywhere / And I am frozen in the dark void cycle"* *"In the alleys of the suburbs in the pigeonholes of the alleys / Like the countless tattered clothes in the closet / These people are rammed / And as the door is opened the way the countless tatters surge".* A cold consciousness of own death. Pratibha Saraph writes about the disconnect with the reality. A dialogue starts with the virtual world. She aware us about the laptop windows, emotional windows, curtains of the mind and the disconnect of the human from the outside world and the nature. *"When the curtains of the eyelids open along with them many windows open, one of them is that of the laptop / Then she communicates with / The virtual world".* While talking about today's war driven; violent world Ramjan Mulla says, *"This is the roaring crow of terror of any age / Who knocks the steel rod on the walking foot ?".* *"I just think so .. / Before the trumpet of war is blown. / By writing / Among them are Buddha, Gandhi, and Bhagat Singh / I want to put them in the right order."*

Sunanda Bhosekar creates a beautiful picture of tomorrow's world. *"Over a period of time someday / everything shall be where it belongs complacent now, / enduring crevices on the bark and termites moving within... / After all this reverie a poem will arrive in tandem with falling leaves words will fall like replete neem fruits".*

Varjesh Solanki takes an account of bigotry, violence, cruelty, terror and fear in the contemporary world. *"If I were in Chechnya / I would have been killed by the Russian soldiers. / In Vietnam / it would have been impossible to evade the close pursuit of American planes. / In Uganda it would have been the victim of some unknown terribly contagious disease.".* *"I would have been killed-thrashed-hacked-or-blown away / Be it India or any other place.".*

Shridhar Nandedkar says, *"Like the birds on the tree we came together / twittered lovingly / and got dispersed in all directions. / Yet, the tree of harmony in the heart / will keep rustling for thousand years.".* *"What even the toys understand, / the man with flesh and blood doesn't./ Bashar Saab, /the way to the throne is horribly merciless. / Calling again and again like birds, / You loved to gather human beings.".*

While seeking the power politics in today's world Ajay Kandar underlines the power of dictators beneath the democracy. *"You say, if nationalism survives*

साहेब,' बेरहम असतो सिंहासनाकडे जाणारा रस्ता, आता चमनमध्ये पाखरं येत नाहीत, 'कवींचा जत्था दुवा मागणं सुरू ठेवतो...' अजय कांडर यांनी ग्लोबलयुगातील सत्ताकारणाचा परामर्श घेताना लोकशाहीच्या तळाशी हुकूमशहांची सत्ता अस्तित्वात आल्याची जाणीव अधोरेखित केली आहे. 'तुम्ही म्हणता, राष्ट्रवाद टिकेल तर राष्ट्र टिकेल, मी म्हणतो, राष्ट्रातील माणूस टिकला, तर राष्ट्र आपोआपच मोठं होईल...' हुकूमशाही आधी गांधी होईल, नंतर आंबेडकर, नंतर घाव घालेलच हिटलर होऊन. 'सर्वाधिक धोकादायक असते, हुकूमशहाची पहिली नजर.' काळाची शाई, पेन रक्ताच्या शाईनं माखलेलं, 'रक्ताच्या शाईचा थेंबाथेंब धर्मग्रंथाच्या पानावर' लोकशाहीवर काळोख पसरत चाललाय, सत्तेत आल्यावर उजेडाचं बोलू नये, रिंगणातली माणसं लोकशाहीला धोकादायक असतात. 'सत्तेवरचा फेकू आणि तुम्ही माझे कलावंत यात फरक तो काय?', 'सारा वातारच पेटवून द्यायचा म्हणतोय, असहिष्णुतेच्या तणकट मुळासकट!'

पी. विठ्ठल यांनी जगातील आजचे 'सरकार' आणि त्याचे हुकूमशाही वर्तन मांडताना, सत्तास्पर्धेत सर्वहाराचे अकल्पित शोषण कसे केले जाते? याचा आलेख मांडला आहे. सरकार शक्तिशाली आणि शक्तिमान, सर्वेसर्वा, लेखण्या मोडू शकतो, माना मोडू शकतो, जिभा छाटू शकतो, हवा तसा इतिहास लिहु शकतो. मुर्खाला धीरोदात्त नायक बनवू शकतो. निसर्गला युद्धभूमी करू शकतो. वंशपरंपरागत उन्माद, अभिव्यक्तीचा संकोच करू शकतो. हितसंबंधांची आयुधे, भयाचे विषाणू, सांस्कृतिक भूतकाळाचा बळी, छळछावण्यांच्या कहाण्या, 'शतकानुशतकाचे उंबरठे पार केले... पिढीदरपिढी तुमची भूक वाढतच गेली', 'पण सरकार! तुम्ही दंगलीत आई गमावलेल्या, चिमुकल्याचा आधार होऊ शकता काय?' 'युगायुगांपासून तुम्ही सरकार आहात, काळ बदलला तशी तुमची नावं बदलत राहिली, नावे बदलत राहिली तशी तुमची कृत्ये बदलत राहिली, बदलले नाही ते तुमचे राजकारण...', 'जगड्व्याळ भुकेपुढे गरिबांचे मरण चूकत नाही.' 'मॉल तुमचे मल्टिफ्लेक्स तुमचे. नॅशनल इंटरनॅशनल कंपन्या आणि अगणित प्रॉपर्टीचे तुम्ही मालक असता...' 'पण सरकार! तुम्ही फक्त माणूस नसता. बघा माणूस होता आले तर...!'

तात्पर्य, 'इनसायडर' कवी त्रिकालाबाधित मानवी संवेदनांच्या संदर्भात माणूसपणाचा तळठाव घेतात. बाबुराव बागुल म्हणतात तसे, 'वेदांच्या आधी तू होतास! हे सर्वशक्तिमान माणसा, तूच आहेस सर्वकाही, तुझ्यामुळेच सुंदर झाली ही मही(विश्व)' हे मानुषतत्त्व सर्वश्रेष्ठ मानतात. या सृष्टीत केवळ पंचतत्त्वे-भूमी, जल, वायू, आकाश, अग्नी आणि सजीव सृष्टीच्या सुसंवादी नातेबंधातच जगाच्या विकासाची आणि कल्याणाची दिशा निश्चित होते. हे युगतत्त्व व्यक्त करतात. युगांताची आणि युगांतरातून नव्या युगाची संवेदनशीलता 'इनसायडर' होऊन काव्यसृजनातून निर्माण करू पाहतात. आजचे जग आणि आजचे जागतिक रसिक, अभ्यासक, संशोधक, विद्यार्थी, विद्यापीठे आदी वाचन संस्कृतीचे घटक '१६ इनसायडर' या जागतिक दर्जाच्या द्विभाषिक प्रातिनिधिक काव्यसंग्रहाचे स्वागत करतील, अशी अपेक्षा नव्हे तर खात्रीच आहे!

-डॉ. किशोर सानप
+९१ ९५१८३६८९७६
dr.kishorsanap@gmail.com

/ nation will survive; I say, if the man in the nation survives / the nation will become instinctively great!". "Whatever the age, / our pen will be smeared with the ink of blood; / this I had already heard. / And now I see / drops and drops of blood made ink / on the pages of their scripture."

P. Vitthal plots the graph of how the governments in today's world and its dictatorial behavior, causes the unforeseen exploitation of the poor's in the power politics. The mighty and powerful government can suppress the expressions and can write the history they want. It can turn a fool into a superhero. It can turn nature into the war field. The age long insanity can shrink the expressions. *"our ravenous hunger / Crossed the threshold centuries after the centuries / Generations after generations your appetite grew enormous / It's not the question of time / It's not the question of region / It's not the question even of a generation / Even if the wall changes / The appetite of the lizard on the wall does not change / The poor can't escape the death by infinite hunger".* *"Sometimes you are Timur, sometimes Babur / To create an ethnic empire / Sometimes Hitler / The killers of millions of Jews / Sometimes you are China's brutal Mao / Sometimes you are the dictator Stalin of Russia / Sometimes you are Manu or Mumbaji / Oh! Government! / Sometimes you are General Dyer, sometimes you are Saddam / Sometimes you are Muammar al-Gaddafi or Qasim Rizvi / Sometimes you are Kim Jong-un / Only your names change all the time / The tendency remains the same".*

In a gist, the Insider poets go to the bottom of the humanity in the context of unwavering human sensitivities. They consider the principle of humanity; expressed by Baburao Bagul as, "You were before the *Vedas.* Hey almighty human being, you are everything, because of you this earth became beautiful." as the supreme principle. In this universe the direction of progress and welfare is set only in the coherent dialogue between the bond of the five natural elements, i.e. earth, air, fire, water and space and the living world. The poets express this fundamental principle that has existed since ages. As an '16 Insider', they try to create the sensitivity about the end of the world and for the genesis of a new world through their poetic creations. I am not just hopeful, but very sure that the elements of the literature/ reading culture, i.e. the literature lovers, scholars, researchers, students, universities will welcome '16 Insider'; the world class bilingual poetry collection!

- Dr. Kishor Sanap
dr.kishorsanap@gmail.com
Contact : 9518368976

(Translation by : Nikhil Date)

अनुक्रमणिका | Content

१६ इनसायडर 16 INSIDER

१६ मराठी कवी 16 Marathi Poets

हेमंत गोविंद जोगळेकर

१ / तेव्हां ना

तेव्हां ना,
धूळ गवत आणि खडे माझ्या पायांना थेट गुदगुल्या करीत
आमचे सिंहासन तेव्हां पेरूच्या झाडावर होते
सगळ्या पानांची चव मला तोंडपाठ होती
सहज मी फुलाच्या आत हिंडून येत असे.

तेव्हां ना,
कपाटाच्या हिमालयावर मी समाधी लावून बसे
एकदा आकाशाचा घुमट उचलून मी बाहेर डोकावून पाहिले होते
नंतर पुन्हा तो जसाच्या तसा ठेवून दिला होता.

तेव्हां ना,
शिकवलेले सगळे कसे समजत असे ताबडतोब
सगळे रंग तेव्हा कसे छान वेगळे निघत असत
इतिहासातल्या सगळ्या राजांना मिशा असत.

तेव्हा ना, धनुष्यबाण घेऊन मी लढाईवर जात असे.
तेव्हा ना, मुठीमध्ये आईचे बोट बंद असे.

■

हेमंत गोविंद जोगळेकर

Hemant Govind Joglekar

1 / Then

Then,
Dust, grass and pebbles tickled my feet,
On the guava tree was our royal seat,
I knew by heart the taste of every leaf
I would wander inside a flower with ease .

Then,
Atop the himalaya of cupboards I sat meditating.
Once, lifting the dome of the sky I peered beyond
And again put it back as it was.

Then,
Everything taught was understood at once,
Each colour was different.
All the kings in history had moustaches.

Then, I would go to battle with bows and arrows.
Then, mother's finger was clasped in my fist.
■

Original Marathi poem by : Hemant Govind Joglekar
Translated by : Makarand Paranjape

२ / पैसा

आपण,
तुमच्या मागच्या अंगणात
एक पैसा पुरला होता
त्याचं काय झालं पुढे?
की
तो तू कधीच उकरून टाकलास?
धीर होत नाही मला
उकरून पाहायला
न जाणो,
पैसा अजून तसाच असला तर?
■

हेमंत गोविंद जोगळेकर

2 / A Penny

You and I
Had buried a penny
In your backyard.
What happened to it afterwards ?
Or
Did you take it out long back ?
I don't have the nerve
To dig and see.
What if
The penny is still there ?

■

Original Marathi poem by : Hemant Govind Joglekar
Translated by : Makarand Paranjape

३ / चित्र

मी मागितलं म्हणून
तुम्ही दिलं होतंत काढून
माझ्या वहीत चित्र :
'माझ्या खोलीसमोरचे दृश्य'

मी पहात होतो एकटक
तुमच्या शेजारी उभा राहून
तुमच्या पेन्सिलीतून झरझर निघणाऱ्या ठाम रेषा ...
पुढच्या दरवाजाची चौकट
पारिजातकाची वाकलेली फांदी
विजेचा खांब
कुंपण, न दिसणारा रस्ता
रस्त्यापलीकडे पसरलेले शेत
आणि त्याही पलीकडे उरलेल्या जागेत
काही न काढताच
आगंतुक येऊन उभे राहिलेले आकाश ...

तुम्ही अचानक निघून गेलात
चित्रापलीकडे.
मी चित्राच्या अलीकडे, अध्याहत.
मधे उरलेले हे चित्र
अपारदर्शक
आपल्या द्विमितीत अनंत पसरलेले
∎

हेमंत गोविंद जोगळेकर

3 / Picture

Because I had asked you
You had drawn for me
In my notebook
"The view from my door."

I was watching spellbound
Standing by your side
The fast and firm strokes flowing from your pencil...
The frame of the front door,
The bent branch of the Parijataka,
The electric pole,
The compound, the unseen road,
The fields spread beyond the road,
And in the space left beyond that
Without being drawn
Entered unbidden, the sky ...
You left suddenly
Going beyond the picture.
I, on this side of the picture, stranded.
In between remained this picture
Opaque
Spread infinitely in its two dimensions.

■

Original Marathi poem by : Hemant Govind Joglekar
Translated by : Makarand Paranjape

४ / आईसाठी अंगाईगीत

मॉनिटरच्या काळ्या पडद्यावर
थरथरत राहिल्येय तुझी हिरवी जीवनरेषा ...
तुझ्यावर ओणवल्यात कसल्या कसल्या नळ्या
तुला जीवन पुरवत रहाणाऱ्या - नाळेसारख्या.
अशाच एखाद्या इस्पितळात
तू लोटलं असशील मला बाहेर - तुझ्यातून
आणि घेतली असशील कापून - तुला मला जोडणारी नाळ
मला जगात आणण्यासाठी - तोडून तुझ्यापासून.
आता तूच निश्रेष्ट
फक्त संथपणे वर खाली होत्येय तुझी छाती
कधीकाळी मला जीवनरस पाजणारी
मी तुझ्यातून बाहेर या जगात आल्यावरही.
आता तुझ्या चेहऱ्यावर कोणतीच खूण नाही
तू 'तू' असल्याची.
मला आठवतंय, तू म्हणायचीस,
'मला नाही जगत रहायचं लोळागोळा होऊन.'
आणि हेही आठवतंय, तुझं शरीर
कसं धडपडलं होतं, तुला अटॅक आल्यावर
सुटू नये जगण्याचा दोर म्हणून.
मला माहीत नाही नक्की काय हवंय तुला, या क्षणी
काय हवंय परमेश्वराला
त्यानं मलाच बसवलंय त्याच्या आसनावर, या क्षणी.
मला ऐकू येताहेत दिगंतातून
अंगाईचे सूर करुण
कधीकाळी तू गायलेले माझ्यासाठी.

तू शांतपणे जा आता आई, आमच्या जगातून.
मी आत्ताच केल्येय सही संमतीपत्रावर
तुला जगाशी आणि माझ्याशी
जोडणारी नाळ
तोडण्यासाठी.
∎

हेमंत गोविंद जोगळेकर

4 / Lullaby for mom

On the monitor's black screen
Your trembling green lifeline is seen
Tubes hang over you as you sleep
Lifelines that alive you keep.
     In a similar hospital at my birth
     Out of your body brought me to this earth
     The umbilical cord joining me to mother
     Was cut to separate one from the other.
Now you are motionless in an ICU gown
Rhythmically your chest goes up and down
Which with the elixir of life kept me nourished
External lifeline so that I lived and flourished.
     Now there is no sign on your face
     Of your being 'you', not a trace
     About living I remember you used to say,
     'Live like a vegetable, I can't, no way'
You had an attack and were brought here
Unconsciously you convulsed, it was clear
The body was weak, but the spirit was strong
Unwilling to let go and sail along.
     Don't know what exactly goes on in your mind
     Nor whether God is being cruel or kind
     He has put me in his seat to decide,
     Life support to continue or to be denied.
I can hear it now from far away
The comforting lullaby that once held sway
Your song that now makes me weep
Signals it's the time to go to sleep.
     Your link to me hinges on the consent form
     It is the hospital's standard norm
     Rejoice the cutting of the umbilical cord
     To make you suffer more I can not afford.

■

Original Marathi poem by : Hemant Govind Joglekar
Translated by : Anand Tatti

५ / एकटाच

मी भाजी आणायला जाताना,
विचारलंस, पाकिट घेतलंयंत का?
मी आत जाऊन, पाकिट घेऊन, मग बाहेर पडलो.
हसलीस, म्हणालीस, मी नसते तर?

मी बँकेत जाताना,
विचारलंस, पासबुक घेतलंयंत का?
मी आत जाऊन, पासबुक घेऊन, मग बाहेर पडलो.
हसलीस, म्हणालीस, मी नसते तर?

मी डॉक्टरकडे जाताना,
विचारलंस, पहिले रिपोर्ट्स घेतलेत का?
मी आत जाऊन, रिपोर्ट्स घेऊन, मग बाहेर पडलो.
हसलीस, म्हणालीस, मी नसते तर?

एकटाच परदेश प्रवासास निघताना,
आठवणीने पासपोर्ट घेतला,
चलन घेतलं, तिकीट घेतलं.
तुझ्याकडे पाहिलं.
तूही हसलीस
फोटोतून
म्हणालीस, मी असते तर?
∎

हेमंत गोविंद जोगळेकर

5 / But for you

About to get some vegetables, do some shopping
You said where's the wallet, let me see
I went in, took that and off I went hopping
You chuckled and remarked
"But for me...?"

Visit to the bank for an enhanced credit line
You checked if I had all the papers
I went in, did that and said ok fine
You chuckled and remarked
"But for me...?"

Doctor had given me an early appointment
You said where are the reports, let me see
I went in, took my file and off I went
You chuckled and remarked
"But for me...?"

Then I was to go abroad alone
Ensured I had everything I needed down to a tee
The passport, currency, ticket, SIM for the phone
Your smile from the photo
Chuckled **"But for me."**
■

Original Marathi poem by : Hemant Govind Joglekar
Translated by : Anand Tatti

नीलिमा गुंडी

१ / आजचा हॅम्लेट

जगायचे आणि जगायचेच
त्यातच खरा संघर्ष
मातीत पाय रोवल्यावर
कसा नाकारायचा दुःखाचा स्पर्श?

पानगळतीच्या वेळच्या
निष्पर्ण टोकदार फांद्यांची
असंख्य प्रश्नचिन्हे समोर असताना
नि वाऱ्याने फाटलेल्या पानासारखा
रस्त्याच्या कडेच्या
लक्तरलेल्या मुलाचा आकांत ऐकताना
नाही उपयोगी धूसर भविष्याचा दिलासा
हा तर वर्तमानाला तोंड द्यायचा वसा!

एका पावलात नाही गाडता येत
इथले दुःख पाताळात
नि एका झेपेत नाही ओलांडता येत
इथले समुद्र सात!

तरीही जगायचे आणि जगायचेच!
फक्त- कसे? कसे? कसे?
श्रद्धा-अश्रद्धेच्या डुगडुगत्या डगरीवर
हॅम्लेट टाकत राहतो फासे ...

■

नीलिमा गुंडी
'प्रकाशाचे अंग', स्नेहवर्धन प्रकाशन, पुणे, २००५

Neelima Gundi

1 / Today's Hamlet

Live and do live
Their lies the real conflict
Once you stand the ground
How can you reject the soil of sorrows
On the ground ?

While you are facing the questionmarks of
Barren sharp branches
In autumn
And when you hear
The cries of a wretched child
Like a leaf, torn with the wind
At the side of the road
What use is the consolation of
vague future?

This is a commitment to face the present
You cannot remove the sorrows here
Just at one stroke
And cannot cross the seas
Just with some strides!

And yet, you have to live
And live you will!
The only question is -
How? How? And How?
Caught in the dilemma of faith and unfaith
Dithering Hamlet
goes on dicing ...

■

Original Marathi poem by : Neelima Gundi
'Prakashache Anga', Snehvardhan Prakashan, Pune, 2005
Translated by : Supriya Sahasrabuddhe

२ / हे पृथ्वी

हे पृथ्वी,
तुझ्या कणाकणांतून
वाहत आली माझ्या धमन्यात
तुझी अविरत गती
आणि गोंदली गेली
माझ्याही पायांवर
तुझी ओलसर माती

या निरालंब पोकळीत
कुणा एकाभोवती
अखंड फिरणारी तू!
असे झोकून देऊन स्वतःला
अनावर ऊर्मीत
जखडली गेलेली तू!

मी शोधत राहिले
तुझ्यात माझा हुंकार,
पण तू तर अपार-!

कुणा एकाभोवती फिरताना
तू फिरत राहिलीस सतत
स्वतःच्याही भोवती-
तुला ठाऊक तुझा मध्यबिंदू,
तुझी अनंत शक्ती!

हे पृथ्वी,
तुझ्या तालावर नाचणारे
माझेही इथले पाऊल
आता थबकेल थोडे, आणि
घेईल 'स्वतः'ची चाहूल!
■

नीलिमा गुंडी

'स्पशरिषा', स्नेहवर्धन प्रकाशन, पुणे, १९९६

2 / O Earth

O Earth
The Ceaseless momentum
Has flowed down in my veins
From each of your particle
And tattooed on my feet too
Your moist soil

Revolving unabatedly
Around someone
In this supportless hollow
You have flung yourself
There in a fierce fit
And then are transfixed there

I kept searching in you
My own utterance
But you - the boundless!

While revloving around someone
You kept revloving yourself
You know your central point,
Your huge strength!

O Earth,
My feet also are dancing here
Following your rhythm
But it will pause now for a while
To perceive my own self !

■

Original Marathi poem by : Neelima Gundi
'Sparsharesha', Snehvardhan Publication, Pune, 1996
Translated by : Supriya Sahasrabuddhe

३ / अजून किती उंच

आठ बाय आठच्या स्वयंपाकघरात
सांभाळत होती ती कसाबसा
मनातल्या मनात
आपल्या स्वप्नांचा कुतुबमिनार!
सुरणाचा गड्डा चिरतानाचा
करकर आवाज
तोडत होता पुन्हा पुन्हा
तिच्या विचारांची तार!
भाजी फोडणीस टाकताना
समोर होता तिच्या फक्त
रिकाम्या भांड्याचा तळ
- तोच कानी पडला
आकाशवाणीवरून
सुनीता विल्यम्सचा
अवकाशमोहिमेतला
विक्रमी दिग्विजय!

तिचे हृदय भरून आले!
तिने दूरवर एकटक पाहिले!
आकाशाची उंची मोजण्यासाठी?
छे! . . . अजून किती उंच
नेता येईल आकाश-
याचा अंदाज घेण्यासाठी!
∎

नीलिमा गुंडी
'जगण्याच्या कोलाहलात', स्नेहवर्धन प्रकाशन, पुणे, २०१२

3 / How much higher!

In the kitchen measuring eight by eight
She was managing to cherish
In the mind
Kutub Minar of her dreams!
The grating sound
While cutting the bulbus yam
It was breaking again and again
The thread of her thought
While putting the vegetable in the oily pan
She only saw
The bottom of the empty vessel
At that moment she heard
From the radio
The great victory of Sunita Williams
In the space mission!

She was overwhelmed!
She stared at a long distance!
To count the height of the sky?
No, no! . . . Just to guess
How higher still
Can the sky be taken!

∎

Original Marathi poem by : Neelima Gundi
'Jaganyachya Kolahalat' Snehvardhan Publication, Pune, 2012
Translated by : Supriya Sahasrabuddhe

४ / स्थलांतराचा मोसम

मी, माझा गाव, माझा देश-
नाही जात या पलीकडे माझे वर्तुळ!
इथिओपियातला दुष्काळ कळतो बातम्यांतून
पाहताना चित्रे, हलते मी क्षणभर
पण पुन्हा टाकते वेढून मला माझे वर्तुळ-

माझे हे असे आणि आता तर
स्थलांतराचा मोसम-
पंखांवर आभाळ पेलत,
एका टोकापासून दुसऱ्या टोकापर्यंत
जाणारे हे पक्षी!
अनाम देशांचे गुपित
त्यांच्या चोचीत दडलेले!
जगण्याच्या सहज प्रेरणेसारखी
त्यांच्या पंखांची फडफड
भरून राहते आसमंतात!
त्यांचे उडताना थवे,
हलणारी अवकाशरेषा
टाकते विणून दोन ध्रुवांतले अंतर!

हे पक्ष्यांनो,
आकाशाखालचे
सारे आपलेच कसे समजायचे;
हे मला तुमच्याकडून आहे शिकायचे!
हे तुमच्याकडून मला आहे शिकायचे!

◼

नीळिमा गुंडी
'स्पशरेषा', स्नेहवर्धन प्रकाशन, पुणे, १९९६

4 / The Season of Migration

I, my city, my country -
The circle does not extend beyond that
The news tell me about the famine in Ethiopia
The pictures move me for a second
But again I am surrounded by my circle -

I am like this, and again
Now it's the season of migration
These birds -
shift from this end to that one
Carrying the sky on their wings!
Secret of anonymous country
is hidden in their beaks!
The fluttering of their wings
Fills the surroundings
like the natural instinct to live on!
Their flying flocks
move the space line
And it knits the distance
between two poles!

O birds,
How to get connected
To everything below the sky,
I want to learn from you!
I want to learn from you!

■

Original Marathi poem by : Neelima Gundi
'Sparsharesha', Dr. Neelima Gundi, Snehvardhan Publication, Pune, 1996
Translated by : Supriya Sahasrabuddhe

५ / हे ईश्वरा

हे ईश्वरा,
तुझ्या असण्याविषयीच्या
भोवऱ्यात गुंतण्यापूर्वी
नि तुझ्या बासरीच्या सुरांनी
मोहित होण्यापूर्वी
विचारायचा आहे तुला
एक प्रश्न!

पुन्हा पुन्हा अवतार घेताना
एकदाही तू स्त्रीचा जन्म
कसा नाही घेतलास?
तिच्या दुर्दैवाचे दशावतार
भोगायला का कचरलास?

सोपे होते रे तुझे
कुब्जेला सुंदर करणे
नि द्रौपदीला वस्त्रे पुरवणे!
जगून तरी पाहायचे
त्यांचे अपमानित जगणे!

मोरपिसाच्या स्पर्शाने
बुजतात का क्षणात
साऱ्या जखमांचे व्रण?
नि शिळा जिवंत होताच
सरते का रे,
तिचे अपराधीपण?

हे सर्वज्ञा,
जन्माचे रहस्य तूच
जिच्याकडे सोपवलेस,
तिच्या मनाचा थांग
तुला कसा नाही लागला?
∎

नीलिमा गुंडी
'जगण्याच्या कोलाहलात',
स्नेहवर्धन प्रकाशन, पुणे, २०१२

5 / O Lord

O Lord ,
Before I delve into the cryptic question of your being
Before your mellifluous flute casts its spell on my soul
Allow me to pose you a question

In all your magnificent forms
Why did you never take the form of a woman?
Why did you hesitate to bear the omnipresent
trials in her very being?

Easy it was for you, to divinely heal the hunched back of *Kubja*
And to enrobe *Draupadi* as she prayed for your intervention
But why did you never once think of bearing
the same affronts they bore with dignity?

Do all her questions wither away with the touch of the peacock feather?
And does the enlivening of rock wash her of all her sins?

O omnicient one ,
To whom you bestowed the divine right of birth
How then could you not glean the most
fundamental realms of her conscience?

∎

Original Marathi poem by : Neelima Gundi
'Jaganyachya Kolahalat', Snehvardhan Publication, Pune, 2012
Translated by : Sagar Atre

१ / आरसा

पहाट व्हायच्या आधीच
मी पाणी भरते
तेव्हा
पहाटेचंही प्रतिबिंब पाण्यात पडलेलं नसतं,
अन् माझंही.

झाडलोट करताना
डोळ्यात गेलेल्या धुळीच्या कणांनी
भुईवरील माझं प्रतिबिंबही
मला न्याहाळता येत नाही.
हे मांड... ते उचल...
ते मांड... हे उचल...
करता करता
चुलीच्या जाळात तर
माझं प्रतिबिंब जळूनच जातं
पावलांची राख होत जाते
सारा दिवस भुरभुर उडून जातो.

संध्याकाळी सारं आकाश
अंगावर येतं
तेव्हा त्यात स्वतःचं बिंब
न्याहाळताच येत नाही.

रात्री वारा व्हावंच लागतं
मंदमंद झुळुक लहरत
वाहावंच लागतं,
त्यावर लहरत
माझं अस्तित्वच उडून जातं.

मध्यरात्री कधीतरी उठते मी
अश्रू डोळ्यात जागत असतात
कभिन्न काळा काळोख
आरसा होतो माझा.
सुरकुत्यांचे रेशमी वस्त्र झालेले
माझे शरीर
माझी स्वतःची ओळख
पटवून देतो मला.

■

Cecilia Carvalho

1 / The Mirror

Before day break
I fill water
Then
The reflection of dawn isn't
on the water
nor even mine.

While sweeping
with the dust gone in my eyes
I can't see
my reflection
on the ground.

Arrange this, remove that
lay out this, lift up that,
while doing my household chores
my reflection seems
to have burned
in the fireplace.
and footsteps become ashes.
The day crackles away.

Towards evening
the sky falls on me
and I can't find my reflection in it.

At night
I have to become breeze .
. . . A gentle swaying . . .
puff of breeze
it blows on and on
in waves.
And my existence. . .
my being, flies away.

I get up somewhere
at midnight
the tears awake in my eyes.
Coal black darkness
becomes my mirror
The wrinkled silkenskin
on my body
acquaints me
with my self.

■

Original Marathi poem by :
Cecilia Carvalho

Translated by : Prof. Ruma Maulick

२ / भातुकली

ही चिमुकली कधीपासून खेळतेय
भातुकली;
घराच्या पायऱ्यांवर मांडलेल्या
तिच्या संसाराला येतो बहर,
तिच्या मनासारखा
कळस गाठतो तिचा संसार.

नजर जरी रोखली तिच्यावर
तरी पडत नाही संसाराला खळ;
आईच्या चुलीवरील करपल्या भाकरीची
लागत नाही तिला झळ.

ती उचलते आपला संसार,
सजवते कोनाडा;
कोणतीही झुळूक करीत नाही हलकी
तिच्या आईच्या संसाराचा उकाडा.

या चिमखडीच्या भाळावरून
सांडत नाही घामाचा ओघळ
की, लागत नाही तिच्या भातुकलीला
कसलाही ढळ.

चालूच असतो तिचा खेळ,
सरकतच नाही पुढे तिचा वेळ;
उमटला राहतो तिच्या गालावर
इवलासा भातुकलीचा वळ :
पुढ्यातल्या वाटेवरच्या
अनामिक काट्यांचा
कमी करण्यासाठी सल.

∎

सिसिलिया काव्हालो

2 / Playing House

Engrossed is this little girl
In the game of 'Playing House'
staging a home on the threshold
content with her household chores

Oblivious of mother's reproach
Blissful in her home selfmade
unaware of the burnt smell
of mother's handmade bread.

How lovely her home does look
with things neatly set in every nook
A summer storm in mother's mind
Pacifices not with a gentle wind.

No sign of sweat on the girls brow
Though she plays a house of her own
steadily does she carry on her tasks
fulfilling her dream of a sweet home

On goes the game of Playing House
Engrossed is this little girl in a playful mood
leaving an imprint on innocent cheeks
with memories of her sweet childhood

■

Original Marathi poem by : Cecilia Carvalho
Translated by : Raymond Machado

३ / मुठीएवढा दगड

रस्त्यांची रंध्रे बंद झाली, जेव्हा
डांबरी रस्ते आले...
पण मिटता मिटत नाहीत काळजावरून
बैलगाडीच्या चाकाचे वळ.

इतक्या साऱ्या गजबजाटातही
बैल हाकारल्याचा आवाज
ऐकू येतोय् तसाच स्पष्ट
गुरांच्या गळ्यातील
खुळखुळणाऱ्या घंटा
आणि खडबडीत रस्त्यांवरून
घुमत राहणारा त्यांच्या खुरांचा आवाज...

धूळभरले रस्ते गेले... छोटे-मोठे,
उघडलेल्या ओठांच्या
जमिनीच्या भेगा गेल्या...
विकल्या गेल्या जमिनीसकट.

आता...
जमिनीवर उभारलेल्या
इमारतींच्या कानाकोपऱ्यावर
धुळीचे कण येऊन बसतात...
मागणी करतात...
आमची जागा आम्हाला द्या
म्हणतात...

रात्री-अपरात्री लोकांना स्वप्नं
पडतात...
भेगाळलेल्या जमिनीची...

सकाळी उठतात झोपेतून,
तर आपल्या त्रिकोणी-चौकोनी
कुटुंबाला भेगा गेलेल्या
दिसतात त्यांना
आणि
माणसंही तडावलेली...
फुसकी झालेली...
चिणल्या गेल्या आक्रोशासह...
जमीन धपापत असते.

माणसांनी आपल्या कानात
बोटं घातली आहेत...
आणि
मूठभर काळजाच्या जागी
मुठीएवढा दगड ठेवला आहे.

■

सिसिलिया काव्हार्लो

3 / Fistful of stone

When asphalt roads were laid
Cracks and holes got levelled
But sounds of bullock carts
Refuse to leave our hearts

obvious were commands to bulls
In commotion of marketplaces
Dangling on collars brassy bells
Echoing clatter of their hooves

Vanished are the muddy lanes
with cracks like open lips
Fields and the hedges disposed
In builders wholesale package

Now... specks of dust fly
on all corners of buildings
stubbornly they stick to demand
claiming return of their space

Restless farmers hallucinate
with visions of quaking terrain
wake up to witness scattered kin
Throbbing with howling screames

People have plugged their ears
and placed on heart a fistful stone.
∎

Original Marathi poem by : Cecilia Carvalho
Translated by : Raymond Machado

४ / ही वाट फक्त देवळापर्यंत जाते...

ही वाट देवळाकडे जाते
पण
ती तुम्हाला स्वर्गापर्यंत नेईलच
असे नाही.

बघा ना...
रस्त्यात पडलेला हा देवदूताचा सोनेरी बूट
अस्ताव्यस्त पडलेला चंदेरी झगा...
उचकटून टाकलेली त्याच्या केसांची बट
वाघाचे पंजे उमटलेले दिसताहेत रस्त्यात...
हरणटप्पे दिसताहेत ना... धडपडल्याचे...
वाघ जंगलात पळून गेलेत सुखरूप...
देवदूतांचे लुसलुशीत शरीर घेऊन...

रस्त्याच्या कडेला
बहरलेला चिंचेचा मोहोर...
कसा कोळ होऊन गेलाय...
मधुमालतीने माना खाली घातल्याहेत
पानाफुलातून सुगंध पळून गेलाय...
सुसाट वाऱ्याबरोबर.

धुळीचे कणही निपचित पडलेत,
चिकटून बसलेत,
आईला घट्ट बिलगलेल्या भेदरलेल्या
बाळासारखे...

रस्त्याच्या कडेच्या मूर्तिच्या
गळ्यातून निघालेल्या
या दीपमाळा...
आकाशातील तारकांपर्यंत पोचू
पाहताहेत...

मूर्तिच्या पायांची माती होत
चाललीय...
याचे भानही नाहीय मूर्तिला...
दररोज मंदिराकडे जाणाऱ्या
पाऊलठशांनी
तयार झालीय ही मंदिराकडे
जाणारी वाट...

देवळाकडे जाणारी ही वाट
तुम्हाला स्वर्गापर्यंत नेईलच असे
नाही...

∎

सिसिलिया काव्हॉलो

4 / This path leads
to the church only

This path leads to the church... But
Not necessarily
It will take you to Heaven!

Ah, look at that
Angel's Golden shoes Fallen on the
way
scattered silver gown
snatched out wig
Imprints of tigers paws.
Marks of struggling deer
with Angels soft body in his mouth
The tigers fled safe haven... jungle.

Abundantly blossomed
roadside tamrind tree
transformed into withers
Honeysuckle creepers surrendered
with gusty winds taking their
sweet fragrance away

Specks of dust
stuck to the earth
like a terrified babe
Tightly to its mother
The light strings hanging
from roadside statue...
struggle.. reaching out
To stars of the heavens

Unware is the statue...
Its feet are disintegrating
Into loosened clay
This path leading to the
church
Has been formed...
By footsteps of devotees.
But
Not necessarily
It will take to heaven.

■

Original Marathi poem by :
Cecilia Carvalho

Translated by :
Raymond Machado

५ / देवळाच्या दारात

तो उभा असतो...
देवळाच्या दारात...
मेणबत्त्या, मेणाच्या बाहुल्या, मेणाचेच हातपाय
असे सुटे सुटे अवयव घेऊन...

मेणाचे अवयव विकत घेऊन
माणसं मागणं मागतात
आपले अवयव
धडधाकट राहावेत म्हणून.

मेणबत्त्या विकता विकता... त्या मुलाचे
हातही झालेत मेणाचे
आणि डोळ्यात पेटल्या मेणबत्तीचे बिंब...
मेणबत्त्या वितळत जातात
पण वितळत नाहीत त्याचे हात
उन्हातान्हात वितळत नाही त्याचा देह.

आपला मातीचा देह शाबूत ठेवून
तो विकत बसतो मेणाचे अवयव
देवळाच्या दाराशी मागणे मागत राहतो
'माणसा'चे अवयव धड राहावेत म्हणून.

तो प्रार्थना करतो माणसांसाठी
तेव्हा तो होतो एक मेणबत्ती
आणि देवळाचा मनोरा
देत राहतो त्याला आडोसा.

त्याच्या देहाची मेणबत्ती राहते जळत
त्याचा देह वितळता नाही वितळत.

■

सिसिलिया काव्हार्लो

5 / At the Entrance of the church

He is standing
At the entrance of the church.
selling candles, wax dolls, limbs
And body organ parts...
Devotees by particular parts
supplicating God
To protect and cure
The body parts they offer
Handling waxy objects
Boy's hands get swathed in wax
candle's glow reflects in his eyes
melting the wax but not his hands,
Nor his body in bright sunlight

Keeping intact his perishable self
He sells wax body parts
Pleading for the Mercy of God
To keep human organs safe
while praying for people
He burns like a candle,
spires of the church
protect him from hurdles
the candle of life keeps on burning
protecting his body from thawing
■

Original Marathi poem by : Cecilia Carvalho
Translated by : Raymond Machado

अंजली कुलकर्णी

१ / उत्खनन

मोहेन-जो-दडो आणि हडप्पापासूनच्या
अस्तित्वावरील जमलेल्या
संस्कृतीच्या थरापासून उत्खननाला सुरुवात केली
त्याआधी वरचे थर सुटायलाच वेळ लागला
कम्प्यूटर, रोबो हे थर विशेष जमलेच नव्हते
ते सहजच गळून पडले

नंतरचे समाज, नीतिनियम, नात्यांचे
आणि दैनंदिनीचे थर जुन्या चिरेबंदी
बंदिस्त वाड्यासारखे

पण आतून ढासळून पडायला आल्यासारखे
त्यामुळे तेही सुटले

जुन्या-नव्या संस्कारांचे
चिवट ओशट रोगण उकरून काढताना
अवघे अस्तित्व ओरखडून निघाले

त्या चिवट ओलसरपणाचेही
एक उबदार आवरण होते
ते कसेतरीच उघडे पडले

मानवी संस्कृतीचे अस्तित्वावरचे
सगळे लिंपण दूर झाले

आता उरली पंचमहाभूतांनी घडवलेल्या
देहावरची निसर्गवासनांची मोहत्वचा
अगदीच निर्वस्त्रा
ती सोलून काढली की प्रकटेल
इतिहासाच्याही आधीचे
अपाशवी असे काही ...

■

अंजली कुलकर्णी

Anjali Kulkarni

1 / Excavation

I began excavating layers of
culture
accumulated on human existence
since the time of Harappa and
Mohenjo-Daro

The layers near the surface
gave away easily.
Layers incorporating
computers robot etc.
were not assimilated thoroughly.
They were excavated in no time.
Then were found layers
consisting of society, ethics,
relationships, day to day life.
They were like ancient stone
castles
looking robust from outside
but in a dilapidated condition
from within.
These layers too could be
excavated with some efforts.

The spell of old and new
traditions
Was so elastic and assimilated
paste of culture
The whole human existence
bleeded profusely
in an effort to peel off this layer
which was like a warm

lucid membrane
opened up with an ugly view .

When all these layers
were dug up
what remained was a
thin membrane
of natural urges instilled
in the body by the Great five
forces.

I am waiting now.
When this layer is peeled off
something non-beastly will
emerge
which will have its origin
in a time
before the birth of the history...
■

Original Marathi poem by :
Anjali Kulkarni

Translated by : Narendra Bodke

२ / किल्ला

किती काळ लोटला या किल्ल्यात राहायला येऊन
स्वप्नं कशात, अवकाश कशात
कशात मोजायचा असतो काळ?
आणि मोजायचे तरी काय आणि कशासाठी?

किल्ल्याच्या बुरुजावर उभी राहून
न्याहाळायची मी दूरवरचा स्वप्नातल्यासारखा नजारा
धुक्यातून धूसर दिलासा देणारा

आता तर या भिंती म्हणजेच असते माझे जग
एकसारख्या दगडांची उतरंड
कितीही बदलली रचना तरी आकार राहतो कायमच.

बहुधा समुद्रात बांधलाय हा किल्ला
भिंतीबाहेरून समुद्राच्या थडकत्या लाटा
अन् उसळणाऱ्या पाण्याची गाज जाणवते अस्पष्ट
थेट हृदयापर्यंत

तेवढीच जिवंतपणाची खूण
मी असोशीने जपत राहते
भिंतीपलीकडचे जग कानात साठवत राहते.

किल्ल्याच्या आत पसरलेले जुन्या लढाऊपणाचे अवशेष
कीवभरल्या डोळ्यांनी नुसते पहात राहतात
बाहेर वेढून राहिलेल्या अक्राळविक्राळ मगरींसारख्या लाटा
माझी उरलीसुरली रसदही तोडतात
थिजल्या डोळ्यांनी केले तर्पण हे जगणे
आता कशाची हरकत कशासाठी झुरणे?

आता निर्थकाचा अंत होऊ दे
आता अर्थघनतेचा जन्म होऊ दे
∎

अंजली कुलकर्णी

2 / Confinement

How long have I been in this
castle?
Even the parameters of
measurement have withered
away in my memory.

How dreams are measured?
and space ? and time?
But what to measure and why at
all?

Standing on the
watchguard of the castle
I used to observe nature
a dreamlike scene
would appear through the fog.

Now my world is confined to
these walls.
This is a structure
of similar looking stones
which remains unchanged
even with variations of forms.

This castle is mostly built in the
sea.
The dance of waves and
roaring of water
is felt right here
my heart.
This the only sign of
liveliness that I preserve utmost.
I gather the faint sounds
of the world beyond these walls.

Within the castle
the ancient remains
of a historic fighting spirit
stare at me with a pitiful gaze.

Outside the wall
the waves like fierce crocodiles
are guarding to avoid any
escape.

With dried up eyes
I offered myself to this captivity
Whom to question now?
Wait for which happening?

Let the meaningless die
and the meaningful be born...

■

Original Marathi poem by :
Anjali Kulkarni
Translated by : Narendra Bodke

३ / धागे

किती परका वाटतोस तू कधी कधी
अनोळखी भाषेतील शब्दासारखा
माझ्याशी काहीच लागतं नसल्यासारखा

आताआतापर्यंत तर तुझी
फिरवलेली पाठही बोलायची माझ्याशी
की तू नाराज आहेस म्हणून.

आणि अवती भवती रुणझुणताना तर
किती फक्त माझा वाटायचास तू

आता काही कळतच नाही
तू किती माझा आहेस
मी किती तुझी आहे

कोणत्या अनाकलनीय धाग्यांनी
स्वतंत्रपणे कोशबद्ध होत आहोत आपण

एकाच छपराखाली
एकाच शय्येवर...?
∎

अंजली कुलकर्णी

3 / Bonds

How alien you seem to be
sometimes
like a word in an
unknown dialect
As if you have no bondage
of any sort with me.

Up to now
even your turned back
would communicate with me
Your body language
would tell me
your disappointment.

Now I fail to realize
How much you are mine
How much I am yours

Which unknown bonds
have tied us
together but separate
Under one ceiling
On the same bed?

■

Original Marathi poem by : Anjali Kulkarni
Translated by : Narendra Bodke

४ / लपवाछपवी

किती बरे झाले
लागला कपडे घालण्याचा शोध
अन् लाभले माणसांना
संस्कृतीचे संरक्षक आवरण
अन्यथा जनावरांपेक्षा वेगळे कसे
दिसलो असतो आपण?

बरे झाले
निर्माण झाली भाषा संकरातून
म्हणूनच शब्द आले
माणसाच्या तैनातीसाठी
अन्यथा कसे दडवले असते
आपण सत्य ओठी ?

किती बरे आहे देहाभोवती असते
त्वचेचे तरुण कोमल आवरण
नाहीतर आतली रक्तमांसाची
विद्रुप भेंडोळी पाहताना
कसले आकर्षण वाटले असते
परस्परांविषयी
अन् कशी सुरू राहिली असती
ही जगरहाटी?
(मग कदाचित एकमेकांच्या
जठर, यकृत नि आतड्यांची स्तुती
करावी लागली असती माणसांना)

किती बरे आहे
समजत नाहीत बाहेर
मनाच्या आतली वादळे
हमसून धुमसून उसासताना
किंवा
वेदना ओघळल्याच नाहीत आसवे होऊन
तर मोतीच वाटतात हास्यशिंपल्यातले
आणि
उच्चार उमटलाच नाही मूक ओठांतून
तर साध्वीच असते प्रत्येक स्त्री ...
∎

अंजली कुलकर्णी

4 / Hide and seek

So nice!
Man discovered clothes
and a protective cover
of culture was available
for human beings
Or else
How could have we
appeared different
from the animals?

Good ,
That the language was created
out of cultural legacy
And the words
were readily available.
Or else
How could have we
hidden the truth
using the same language?

So good,
The body is covered by
a youthful delicate skin.
Or else
How could have we been
attracted
towards each other?
while looking at each others
bundles of flesh and net work
of blood vessels?

There would not have been
anything called sex
And the cycle of human
existence
would have ceased to move
further
(Then perhaps human beings
would have tended to praise
liver, stomach and intestines of
each others!)

Its so good,
We don't realise from outside
what cyclones thunder
the mind within.

If tears don't flow from the eyes
they seem to be pearls in a
shell.
And until a woman
doesn't declare otherwise
she is definitely an icon
of chastity and fidelity.

■

Original Marathi poem by :
Anjali Kulkarni
Translated by : Narendra Bodke

५ / तुकड्या तुकड्याने आत्महत्या

प्रत्येक कविता म्हणजे
तुकड्यातुकड्याने
आत्महत्या.
आत्मनाशाचा कैफ
ओसरेपर्यंत
लिहीत राहणे,
जगण्यासाठी थोडे थोडे विष
पचवत राहणे...

छातीत खुपसून ठेवलाय्
कायम एक लखलख सुरा,
थोडे फिरवले आतले टोक की
भस्सकन् वाहतो प्रवाह लाल ओला...

जगण्याच्या दहशतीत ओलीस आत्मा
शब्दाशब्दातून शोधतोय निचर,
बाहेर पडतेय् भय आणि
गुदमर...

मी लिहितेय् कविता,
ओळींमागून ओळी
ओळींमागून ओळी
रक्तातून भळभळत
जाणाऱ्या...
∎

अंजली कुलकर्णी

5 / Suicide bit by bit

Every poem
is a suicide
bit by bit.

One goes on writing
until the spell
of self- destruction
prevails .

One gets accustomed
to the slow- poisoning
injected by life.

A shining dagger
is perennially pierced
in the chest

The deeper it goes
it bleeds profusely
likewise the lines of poem
flow through the blood

The soul is captivated by
the terror let loose by life
It seeks rage in words
The fear and suffocation
finds expression in my words

I write poems ...
line after line
line after line
soaked in blood ...

■

Original Marathi poem by : Anjali Kulkarni
Translated by : Narendra Bodke

मनोहर सोनवणे

१ / बिचारे, नदीचे पाणी स्वच्छ

मी ऐलतटावर
तू पैलतटावर
तुझ्या आणि माझ्यामधून ही नदी वाहते.
तू मला म्हणालास आणि मीही तुला म्हणालो,
''आपण भेटू,
एकमेकांच्या संस्कृतिविषयी बोलू''
तू पाण्याकडे पाहिलेस, म्हणालास,
''पात्र खूप खोल आहे''
मी होडी सोडली,
तर मध्यातच तेज धार.
तेव्हा आपण दोघेही म्हणालो,
''एक पूल बांधू''
पूल बांधला,
तुला मी नि मला तू भेटलो.
आपण चिक्कार बोललो
थोडे गुदमरलो
आणि खूप खोल गढूळलो...

बिचारे, नदीचे पाणी स्वच्छ
पुलाखालून वाहतेच आहे!

■

मनोहर सोनवणे

Manohar Sonawane

1 / Poor, clean river water...

I am on the either bank
you are on the other.
River flows between you and me.

You talked to me
and I too responded,
"Let's meet,
will discuss about each other's culture."
You looked at the river and said
"It's too deep"
I launched a boat,
but there was a heavy stream in the middle.
We said simultaneously,
"Let's build a bridge"
We built a bridge and met each other.
We talked a lot,
suffocated little bit
and muddled too deep ...

Poor, clean river water
still flowing under the bridge!

■

Original Marathi poem by : Manohar Sonawane
Translated by : Manohar Sonawane with Aditi Kiran Khaladkar

२ / एक मुलगा शांत झोपला आहे

एक मुलगा शांत झोपला आहे
भर कोलाहलात... निरागस
त्याच्याजवळ पडलंय शाळेचं दप्तर अस्ताव्यस्त
गणवेशही तसाच आहे त्याच्या अंगावर
पायातले बूट काढलेत त्याने
पण मोजे अजून आहेत तसेच पायात.
कदाचित शिणला असेल अभ्यासानं
किंवा दमला असेल खूप खेळानं,
पण तो झोपला आहे
शांत... निश्चिंत, हेच किती महत्त्वाचं!

कदाचित भांडला असेल तो मित्रांशी
'गट्टी फू' करून रुसून बसलाही असेल कोपऱ्याशी
कदाचित बाई रागावल्या असतील त्याला
किंवा आईनं गोंजारलंही असेल त्याला मायेनं
कदाचित बाबांनी वटारले असतील डोळे थोड्या रागानं
पण तो झोपला आहे,
शांत.. निश्चिंत.. निरागस
हेच नाही का महत्त्वाचं?

झोपण्याआधी तो जेवलाय का पोटभर?
सगळा गृहपाठ केलाय का त्यानं झोपण्याआधी?
पुस्तक नीट मिटून ठेवावं तसा
गडद झोपी गेलाय तो
हेच नाही का महत्त्वाचं?

उद्या वहीच्या नव्या पानासारखा
जागा होईल तो ताजा टवटवीत
त्याची ही गाढ झोप मोडू नका!

■

मनोहर सोनवणे

2 / Boy in a deep sleep

This boy, an innocent child is in a deep sleep...
in all chaos around.
His school bag is scattered around,
and uniform is still there on his body.
He took of his shoes,
but socks are still on the feet.
He might have tired of studying
or might have worn-out of playing,
but he is in a deep sleep...
calm, quiet and relaxed
Is that not important?

He might have quarreled with freinds
His teacher might have scolded him
His mother might have fondled him
or father might have frowned at him
But he is in a deep sleep...
calm, quiet and relaxed
Is that not important?

Has he eaten his fill before sleeping?
Has he finished homework before sleeping?
but he is in a sleep... deep and sound
like a neatly closed book...
Is that not important?

Tomorrow, he would wake up afresh
like a new page of a notebook...
Let us not break his calm... quiet... deep sleep!

■

Original Marathi poem by : Manohar Sonawane

Translated by : Manohar Sonawane with Aditi Kiran Khaladkar

३ / शर्टांचं तुटलेलं बटण

माझ्या शर्टांचं तुटलेलं बटण पाहून
कोपऱ्यावरचा चहावाला पोऱ्या चुकचुकला
रस्त्यावर मोजे विकणाऱ्याने माझ्या बुटांऐवजी
शर्टाला निरखून पाहिलं
यच्चयावत दुनियेला माझ्या शर्टांचं तुटलेलं बटण दिसलं.
कार पार्क करून टॉवरमध्ये शिरताना
बॉसने मला पाहून ऐटीत त्याचा शर्ट चाचपला
रिसेप्शनिस्टने नेहमीप्रमाणे हसून स्वागत करताना
हळूच विचारलं, ''आर यू ओके, सर?''

माझा बाप जन्मभर राबला फाटक्या सदऱ्यात
अंगातून निथळत्या घामात त्याला बटणाची चैन कुठली होती?
शर्टाच्या तुटलेल्या बटणाने
घरापासून ऑफिसपर्यंत
सभ्यतेवर ओरखडा काढला.
कचकड्याची खेळणी गेली कचकडी जगणं झालं

बरं झालं असतं, बायकोने
ऑफिसला निघताना तुटलेलं बटण पाहिलं असतं
तिने गृहिणी होऊन लगबगीने टाचून देताना
रोमँटिक होता आलं असतं...
∎

मनोहर सोनवणे

3 / Broken Button of shirt

Seeing the broken button of my shirt
tea boy at the corner expressed pity for me,
a street vendor selling socks
looked at my shirt instead of shoes,
the whole world around me
watched my shirt with a broken button.
After parking his car, while entering into the tower,
my boss smartly checked his shirt, seeing mine.
Receptionist welcomed me with smile as usual
but asked bit worriedly,
"Are you O.K. sir?"

My father worked all his life in torn clothes
Sweating profusely under the sun,
He never had the pleasure of buttons!
A broken button of my shirt
scratched all gentility from my home to office,
the flimsy plastic toys have disappeared long ago,
now the life itself has become fragile.

It would have been better, if my wife had noticed it.
And I would have got a chance to be a little romantic,
while she had stitched it in a hurry, like a good housewife.

■

Original Marathi poem by : Manohar Sonawane

Translated by : Manohar Sonawane with Aditi Kiran Khaladkar

४ / गाडीत तिघे आहेत...

गाडीत तिघे आहेत
युसुफ, योहान, अमर

युसुफ योहानशी बोलत नाही
योहान अमरशी बोलत नाही
अमर युसुफशी बोलत नाही
कोणीच कोणाशी बोलत नाही
गाडीत सन्नाटा आहे

युसुफला वाटते योहानने गाडीतून उतरावे
त्याच्याकडे शस्त्र आहे
अमरला वाटते युसुफला गाडीतून उतरवावे
त्याच्याकडे शस्त्र आहे
तिघांना वाटते दुसऱ्याकडे शस्त्र आहे

युसुफकडे शस्त्र नाही
योहानकडे शस्त्र नाही
अमरकडे शस्त्र नाही
तिघांकडे शस्त्र नाही
तिघांच्या डोक्यात शस्त्र आहे
तिघांच्या मनात बॉम्ब आहे

गाडीत विश्वास नाही
संशय आहे
संशयावर विश्वास आहे
गाडी ज्वालामुखी वरून चालली आहे

आणि गाडीत ते तिघे नाहीत
आपण सगळेच आहोत
∎

मनोहर सोनवणे

4 / Three in the Bus

They are three in the bus
Yusuf, Johan and Amar

Yusuf is not talking with Johan
Johan is not talking with Amar
Amar is not talking with Yusuf
No one is talking with others
There is a silence in the bus... a deadly silence.

Yusuf thinks, Johan should get out of the bus,
he has a weapon.
Amar thinks, Yusuf should be driven out of the bus,
he has a weapon.
Each one feels, other have a weapon.

Yusuf doesn't have any weapon,
Johan doesn't have either,
Amar also doesn't have it.
No one of the three have any weapon.
There is a weapon in their head
there is a bomb in their mind!

There is no trust in the bus,
but doubt... surely is!
Distrust prevails over trust
The bus is running over a volcano

And they are not three in the bus
but we all are!

■

Original Marathi poem by : Manohar Sonawane
Translated by : Manohar Sonawane with Aditi Kiran Khaladkar

५ / तू ढगात लपून येतोस

तू ढगात लपून येतोस
तेव्हा मी असतो ऑफिसच्या घाईत
तू साराच्या सारा
माझ्या रेनकोटवरुन निथळून जातोस
मी तस्साच कोरडा!

तू संततधार येतच असतोस
तुला मी पाहात असतो अधूनमधून...
खिडकीतून
माझ्या टेबलवर फायली साठताना
मी आकंठ बुडताना ...
तू संततधार येतच असतोस
तू असा चिंब बरसत असतानाही
मी असा आकंठ बुडालेला असतानाही
तू माझ्या दूरवरून
मी तस्साच कोरडा!

घरी परतताना,
रेनकोटची जाणीवपूर्वक घडी करून मी,
तू मात्र आकाशात गोळा होऊन तटस्थ!
तू मला गाठावेस ... चिंब भिजवावेस
म्हणून मी रेंगाळतो
एखादी सिगारेट ओढतो,
गाडीसुद्धा हळू हाकारतो,
आता मात्र तू येतच नाहीस!

मी घरी परतल्यावर
निराश कोरडे कपडे बदललल्यावर,
हातात वाफाळलेल्या
चहाचा कप आल्यावर,
तू माझ्या खिडकीच्या तावदानांवरून
शांत ओघळत असतोस,
मी तस्साच कोरडा!

आता,
तुझ्यामाझ्या भेटीसाठी
मला एखादी कॅज्युअल टाकायला हवी!
∎

मनोहर सोनवणे

5 / You always come hiding in the clouds

You always come hiding in the clouds
when I am in a hurry to go to the office,
You drip down completely from my raincoat ...
I remain dry as it is!

I keep watching you occasionally
from my office window,
when files are piling up on my table
and I am almost drowning in the work.
You keep pouring constantly ...
You are so soaking
and I am so sunk,
Yet you are too far from me
I remain dry as it is!

On my way to return home
I Consciously keep the raincoat folded
But you remain silent gathering in the sky!
I want you to catch me...
drench me thoroughly ...
I linger purposely on the road
smoking a cigarette,
drive the scooter very slowly
but now you don't come!

Back to the home
in disappoinment .... I change the dry clothes,
look nervously to a vapor escaping from a cup of tea...
you trickle calmly from my window pane...
I remain dry as it is!

Now,
to meet each other
I have to take a casual leave!

■

Original Marathi poem by : Manohar Sonawane
Translated by : Manohar Sonawane with Aditi Kiran Khaladkar

रवीन्द्र दामोदर लाखे

१ / उदात्त

दवाखान्यात गेलो की
कंपौंडर मुलगी
दुःखी वाटते.
ती बदलली
नवी आली की
ती नव्या दुःखाची वाटते.
मी एकदा एका
कंपौंडर मुलीच्या
दुःखाचा पाठलाग केला.
तर मी मल्टिप्लेक्समध्ये
जाऊन पोहोचलो.
दुःखाने सिनेमाची तिकिटं
ऑनलाईन बुक केली होती.
सिनेमा हाऊसफुल्ल होता.
सैराट.
सिनेमा संपेस्तोवर
मी बसून राहिलो
दुःखाची वाट पाहात.
दुःख बाहेर आलं
दुःखाबरोबर आता एक तरुण
मुलगा होता.
दोघेही दुःखाने हसत खिदळत
चालू लागले.

तो त्याच्या मार्गाने गेला
ही तिच्या मार्गाने.
मला ती जास्त दुःखी
वाटली.
ती तिच्या घरात शिरली
मी माझ्या घराकडे.

परत खूप दिवसांनी
डॉक्टरकडे जायचा
योग आला
ती परत दिसली
दुःखीच पण
गळ्यात आनंदी
मंगळसूत्र होतं
दुःखाच्या गळ्यात
मंगळसूत्रं पडली
की दुःखं सूत्रबद्ध
होऊन उदात्त
ठरतात.

■

रवीन्द्र दामोदर लाखे

1 / Glorification

Whenever I go to my family physician I see his lady assistant.
She is always sorrowful.
Miss Sorrow leaves someday and a new Miss Sorrow takes her place.
One day I decided to follow her.
That took me to a multiplex.
She must have booked tickets online.
The film was housefull.
SAIRAT
I waited outside till the filim was over.
Miss Sorrow came out now accompanied by a young man.
Both made their way giggling sorrowfully.
Then they parted and went their own ways.
Now Miss Sorrow looked even more sorrowful.
She entered her house and I turned back.
After many more days I visited my family physician and she was there
As sorrowful as ever
But now her neck was adorned by a very prominent *Mangalsutra*.
Very oxymoronic
Mangalsutra - an eternal way to glorify an eternal sorrow

∎

Original Marathi poem by : Ravindra Damodar Lakhe
Translated by : Satish Bapat

२ / महाभारत

टेरेसमधून मी खाली
रस्त्यावरची वर्दळ पाहात होतो
मी राहातो पाचव्या मजल्यावर

एक घोडा पाहिला एकटाच
त्याच्या डोळ्यात उदासी दिसली
कोणत्या टांगेवाल्याचा आहे
कुणास ठाऊक
मी त्याच्याकडे पाहात असतानाच
त्यानं वर पाहिलं

शिरला आमच्या सोसायटीत
नंतर मला आमच्या विंगेच्या जिन्यात
त्याच्या टापांचे आवाज ऐकू आले

आणि एकदम तो
माझ्या दरवाजात उभा ठाकला
म्हणाला मी अर्जुनाचा घोडा
मला महाभारतात अजिबात
महत्त्व दिलं गेलं नाहीय

तुमचा चेहरा लेखकासारखा वाटतो
माझ्यासाठी तुम्ही परत महाभारत लिहा
मला न्याय द्या.

■

रवीन्द्र दामोदर लाखे

2 / Mahabharat

Very routinely I was watching the usual hustle bustle on the street below
from my fifth floor terrace.

A lonely weakened horse with woebegone eyes was loitering on the
street.
Some *tangewala* must have left him in the lurch as is their wont.

Suddenly our eyes met
His were hollow
mine passive.

Must have entered our complex
I could hear his hoofs stamping on our stairs

And there he was at my doorstep
Said, "Know me? I am *Arjuna's* chariot horse but I was never given my
due then.

You seem to be a writer
Rewrite *Mahabharat* for me
And give me my due."

■

Original Marathi poem by : Ravindra Damodar Lakhe
Translated by : Satish Bapat

३ / गवत

गवत हिरवं असतं
त्यावर हिवाळ्यात दवबिंदू दिसतात
उन्हाळ्यात ते गवत पिवळं होतं
पावसाळ्यात गवतात चिखल होतो
किंवा गवत चिखलात बुडतं
गाय, बैल, म्हैस गवत खातात.
बागेत गवत असतं
त्यावर लहान लहान मुलं खेळतात
बाजूला त्यांचे आईवडील बसलेले असतात
शुगर कमी होण्यासाठी
अनेक लोक या हिरव्या गवतावरून
नंग्या पावलाने चालतात वगैरे वगैरे.

एकही जण म्हणाला नाही
की गवत गवत असतं
∎
रवीन्द्र दामोदर लाखे

3 / Grass

It's so green
Pearls of dew sparkle on it during winter
Summer turns it yellow
Rain makes it muddy
Or it drowns in that mire
Cattles graze on it
Parks flaunt it as velvety lawn
Where tiny tots make merry
Under the vigil of their doting parents
Some fitness freaks trample on it barefoot
To reduce themselves and their sugariness
And some more for ... ...
Etcetera.

None said
'It' is Grass
Not just 'it'

■

Original Marathi poem by : Ravindra Damodar Lakhe
Translated by : Satish Bapat

४ / तीन क्षण

१.
उमलण्याची केवळता
फुलातच असते असं नाही मी म्हटलं
हे ऐकून तिनं
आपल्या पाकळ्यांनी स्वतःला
पांघरून घेतलं.

२.
मी येतो म्हटलं नी
गेलो नाही तिच्या घरी
टकटक झाली दारावर
भर रामप्रहरी.

३.
मी म्हटलं
मी पाहातोय तो चंद्र
तुला पाहता येणार नाही
ती लाजेनं उगवत
मावळत मिठीत आली.

■

रवीन्द्र दामोदर लाखे

4 / Three moments

"It is not that only flowers bloom" I said
And she pulled over a shroud of petals

I promised to go to her place but didn't.
And there was a knock on the door early morning

"You can not see the moon that I can" I said.
And she blushed and became me.

■

Original Marathi poem by : Ravindra Damodar Lakhe
Translated by : Satish Bapat

५ / पीपहोल

डोअर बेल वाजली.
पीपहोलमधून पाहिलं.

बाहेर सैतान उभा होता.
मी दरवाजा उघडला.

''माझ्याकडे देव आहेत
विकत घेता का साहेब?''

''पण तू देव का विकतोयस?''

''जगात सैतान लई झालेत साहेब
म्हणून''

मी म्हटलं ''मला नकोत देव.''
आणि दरवाजा बंद करून घेतला.

परत डोअर बेल वाजली.
पीपहोलमधून पाहिलं.

बाहेर देव उभा होता.
मी दरवाजा उघडला.

''माझ्याकडे सैतान आहेत
विकत घेता का साहेब?''

''पण तू का सैतान विकतोयस?''
जगात देव लई झालेत साहेब
म्हणून...''

मी म्हटलं ''मला नकोत सैतान''
आणि दरवाजा बंद करून घेतला.

परत डोअर बेल वाजली.
पीपहोल मधून पाहिलं.

बाहेर एक अनोळखी
माणूस उभा होता.

मी दरवाजा उघडला नाही.
∎

रवीन्द्र दामोदर लाखे

5 / Peephole

Doorbell rang
When peeped through the hole
I could see devil outside.
I opened the door for him

I have brought some gods for you
They are for sale

You selling gods?

Yes sir, the whole world has turned
devilish
So no place for gods.

Ain't interested in your gods and
slammed door on him.

Door bell rang again
Peeped through
Now it was god outside
I opened the door

I have brought you some devils
They are on sale

You selling devils, but why?

Sir, the whole world has
turned
divine
So no place for devils

Don't know need them
and slammed the door.

Bell rang again
Peeped through
Unknown creature
A human being
I never opened the door.

■

Original Marathi poem by :
Ravindra Damodar Lakhe

Translated by : Satish Bapat

सुनंदा भोसेकर

१ / वानप्रस्थाला जायचे म्हटले

वानप्रस्थाला जायचे म्हटले
तर सगळेच निघाले
जसे काही जायचे होते
अरण्यात पिकनिकला

कोणीचे जन्मांधळे नाही
कोणीच पट्टी बांधलेली नाही डोळ्यांवर
तरीही सगळेच धडपडत, ठेचकाळत...

कोणालाच समजली नाही
वाऱ्याची दिशा
वास आला नाही
मांस जळल्याचा
ऐकू आला नाही
पाखरांचा आक्रोश
अंगाला ज्वाळांचे चटके बसायला लागले
तसे वाटले, वेळ तर चुकली नाही
इथे येण्याची...

परत फिरायला हवे आता
सर्पसत्राच्या आत

■

सुनंदा भोसेकर

Sunanda Bhosekar

1 / Upon deciding ...

Upon deciding to dwell*
forever in the forest
for the rest of the life;
everybody followed
as if going for a picnic
in the dense woods.

None was born blind
No one was blindfolded
And yet everybody
slipped and stumbled.

No one could guess
direction of the blowing wind
no one smelt
the burning flesh
nobody heard
desperate cries of birds.

And when we felt
the scorching heat
of the forest fire
it struck,
was it a wrong time
to leave...

Hurriedly, we must return
before the *Sarpasatra***

■

*Original Marathi poem by : Sunanda
Bhosekar*
Translated by : Sunanda Bhosekar

(In the Varnashram (वर्णाश्रम) way of life Vanapratstha (वानप्रस्थ) is the third ashram, wherein one is
supposed to go and live in forest after completing all his/her worldly responsibilities*
*** Sarpa Satra denotes clearing of forest Khandavvana by Pandwas and large scale killing of
Nagas staying therein. Nagas took their revenge by killing King Parikshit, grandson of Arjun.
Janmejaya, son of Parikshit, initiated Sarpa Satra to avenge the death of Parikshit. It was stalled
by the boy-sage Astika.*
Here it denotes massacre of those holding views opposing majoritarian prejudice.)

२ / गायींनीच दावणीला बांधले माणसांना..

गायींनीच दावणीला बांधले माणसांना
त्यांच्या मानेवर जू ठेवले,
जमिनी नांगरून घेतल्या,
त्यांच्या जीवघेण्या शर्यती लावल्या
तोंडाला फेस येऊन
मेली माणसे
तेंव्हा शेपट्या उडवून, डुरकावून
आनंद साजरा केला.

पुढे, गायींमधल्या कौरवांनी
पळवली,
गायींमधल्या विराटाची माणसे
तेंव्हा गायींमधल्या पांडवांचा
एक अजोड धनुर्धर बैल,
तात्पुरता ठेचलेला,
त्याने घमासान लढाई केली
सोडवून आणली
गायींमधल्या विराटाची माणसे,
पुन्हा दावणीला बांधली.

अधिक शक्तिशाली वाण हवे
म्हणून गायींनी
जेनेटिकली मोडिफाय केले माणसांना
यशाने बेभान होऊन
यथेच्छ दारू प्यायले बैल
आणि काही गायीसुद्धा
यादवी माजली त्यांच्यात

माणसांना कळलेच नाही
की दावे तोडता येते
गळ्यातल्या घंटा हलवत
ती संथपणे रवंथ करत राहिली.

∎

सुनंदा भोसेकर

2 / Now the cows have tied the men..

Now the cows have tied the men.
with a thick rope...
They have put men under the yokes
have forced them to plough the fields
have arranged them in deadly races
...

and when the men lay dead
foaming at the mouths;
cows celebrated
pounding and snorting,
waiving and hoisting their tails!

Then, when the *Kauravas* among the
cows
Kidnapped the men
owned by King *Virata* clan of cows;
A mighty bull – an unmatched archer,
but briefly castrated
from *Pandava* clan of cows;
fought a fierce battle,
brought back the men of *Virata* cows
tied them back with a thick rope.

In the quest of a stronger breed,
cows genetically modified men
Intoxicated by their success
bulls drank – to the brim and
unrestrained
with them cows too got drunk...
And drunk they fought
A civil war broke out among the clan.

The tied men, tied with the
thick rope
never ever knew that
they can unshackle
themselves
Nodding their dumb heads,
with tolling bells
continued to chew the cud.

∎

Original Marathi poem by :
Sunanda Bhosekar
Translated by : Sunanda Bhosekar

३ / पाणवठ्यावर

कान टवकारून,
सावचित्त
सारी इंद्रिये ताणलेली,
दोरीसारखी..

पाणवठ्यावर
गवे, रानरेडे..
आपल्या इवल्याशा
शस्त्राचा काय नेम?

अरे! मग इथवर आलोच कशाला?
टाक बार. मरायचं कसं
हे ज्याचं त्याचं भागधेय.

'.. ....'

केन्स* सेज, इन द लॉन्ग रन
वी आर ऑल डेड!

ओह! दॅट इज अ सोलॅस.
■

सुनंदा भोसेकर

---

3 / On the waterhole

Perked up ears
utmost alert
all senses stretched out
like a bowstring

"On the waterhole
Wild animals
like bisons and wild buffaloes
what's the use
of our primitive weapon?"

" Ah! Then why have we reached
all the way here?
You aim and shoot!
How to die
Is each one's fate."

" .. .. "

"Keynes* says in the long run
We are all dead."

"Oh! That's a solace!"
■

Original Marathi poem by : Sunanda Bhosekar

Translated by : Sunanda Bhosekar

**John Maynard Keynes – British economist*

४ / झपाट्याने पसरतो आहे युद्धज्वर..

झपाट्याने पसरतो आहे युद्धज्वर
प्रदूषित वातावरणात
एन्फ्लूएंझा, पटकी किंवा
महामारी पसरावी तसा
ज्वराने फणफणलेली माणसे
बरळतात, ओरडतात
तुटकीच तलवार घेऊन
चालून जातात, काल्पनिक शत्रूवर

जुनी-जाणती माणसे
हताश बसलीत ओसऱ्या-ओट्यांवर
गॅलरीत, बाल्कनीत
काळजी वाटते त्यांना
तरण्याबांड मुलांची,
त्यांच्या बायकापोरांची
गुरावासरांची, पीकपाण्याची
ती जाणतात
दहा तोंडांनी पसरतो वणवा
राखरांगोळी होते
घरादाराची
राख सावडायलाही
हात रहात नाहीत

शहाणीसुर्ती माणसं
चिंताक्रांत चेहऱ्याने
बोलत रहातात खालच्या पट्टीत
ती जमत नाहीत
चौकाचौकात

झेंडे गाडत नाहीत
निदर्शनं करत नाहीत
दवाखान्यातून
घरी आणलेल्या
नवजात बाळाच्या
कानात फूक मारून
सांगतात
गांगरून जाऊ नकोस
स्फोटांच्या आवाजांनी
नी काळ्या धुराच्या लोटांनी,
हे जग सुंदर आहे
इथे फुलं फुलतात
फुलपाखरं बागडतात
डोंगराआडून
सूर्यचंद्र उगवतात
मावळतीचे रंग
पाण्यावर पसरताना
शुक्राची चांदणी उगवते...
नी कित्येक लोक जगतात
भुईला नाक लागेपर्यंत..
जरी युद्धज्वर पसरला आहे
साथीच्या रोगासारखा
∎

सुनंदा भोसेकर

4 / In a polluted environment...

In a polluted environment
war-fever is spreading rapidly
like an epidemic; influenza,
cholera or smallpox
Men with high fever
blabber, yell, scream..
With a broken sword
assault an invented enemy

Dismaycd wisc old mcn
sitting in verandas and stoeps
in galleries and balconies
are worried about
boisterous young men,
wives and children of young men
their livestock and harvests
wise old men know
wild fire spreads with
ten tentacles
everything gets scorched
turns into ashes
no one even remains
to collect the bones
after cremation.

Veterans keep on
talking in low tone
they do not gather
in city squares
do not shout slogans
do not protest..

They gently blow air
in the ears of a new born
brought home from nursing
home
and tell him
don't get frightened
by the sounds of explosion
n' dark clouds of smoke.
This world is beautiful,
flowers bloom here,
butterflies fly.
From behind the mountains
the Sun and Moon rise
Venus rises
when the colours of dusk
spread over the water
and
many people live
till the nose touches the ground
although the war fever has
spread
like an epidemic

■

*Original Marathi poem by : Sunanda
Bhosekar*
Translated by : Sunanda Bhosekar

५ / कालांतराने..

कालांतराने
जून होत जाणारच आहोत
आपण सर्वजण
वृक्षाच्या खोडासारखे कठीण...
वळसे पडत जातील
बारीक बारीक आतल्याआत
उंचावर कुठेतरी असेल,
उन्हाचा स्पर्श,
पोपटी पालवी, पाखरांचे गाणे

कालांतराने
आपण होऊन राहू धनी
घनदाट सावलीचे
फुलांचे, फळांचे
पाखरांच्या आसऱ्याचे
कालांतराने
असेल सारे साजरे
अशा समाधानात,
त्वचेवर खवल्यांचे खवडे
आणि भेगांमधून फिरणारी वाळवी...

इतक्या साऱ्या कल्पनाविस्तारानंतर
कविता येईल
पानगळीच्या पावलांनी
निंबोण्यांसारखे
टपोर शब्द गळतील
सावकाश गिरक्या घेत
उतरतील पिवळी पाने
नि अर्थांच्या जाळ्यांचे
सडे पडतील मातीवर..

आत्ताच नाही तर
कालांतराने...
∎

सुनंदा भोसेकर

5 / Over a period of time

Over a period of time
someday…
each one of us will be old,
solid and hard
like a tree trunk
spidery webs growing
within us,
but then far away,
somewhere on the top
a golden ray will touch
the lush green leaves
and there will be
a melodious song of birds.

Over a period of time
someday
each one of us will be an owner
of denser shadow
of flowers and fruits
and of nesting birds

Over a period of time
someday
everything shall be where it
belongs
complacent now,
enduring
crevices on the bark
and termites moving within...

After all this reverie
a poem will arrive
in tandem with falling leaves
words will fall like replete
neem fruits
tiny yellow leaves
will twirl and descend slowly
dried out leaves shall lay on
earth
and with those leaves
netted meaning of life

If not now,
over a period of time
someday…
∎

Original Marathi poem by :
Sunanda Bhosekar
Translated by : Sunanda Bhosekar

१ / जाहिरात

विकणे आहे : जिप्सी वास्तू
सध्या स्थानबद्ध.
दोष एकच : हिच्या अंगभर
उन्हाची पावले स्वयंसिद्ध.

काही सूचना :
भक्क रिकाम्या माणसांनी येथे येऊ नये.
आल्यानंतर बाधेचे रडगाणे गाऊ नये.
कोणत्याही भुयाराचा ठाव पाहू नये.
गूढतेला खजिन्याची लेबले लावू नये

विकणे आहे : अशी वास्तू
पायातून भरभक्कम
खिडक्यांशी थोडी हळवी
छताजवळ चक्रम.

■

भारती बिर्जे डिग्गीकर
(कविता प्रातिनिधिक संग्रह १९८०)

Bharati Birje-Diggiker

1 / Advertisement

For Sale:
This nomad house,
under temporary detention.
Shortcomings? only one!
Footprints of harsh sun
All over the pavilion.

Some instructions:

Stark empty mind? Hark! Do not stay.
And still if you do, sorcery it will play
Don't ever fathom the underground way
Hidden treasure there? Can't really say!

For Sale:
This nomad house,
With a sturdy bedrock
With sentimental windows
And a crazy rooftop.

■

Translated by : Bharati Birje-Diggiker

२ / सदाफुली

क्षुधितांच्या वस्तीवरती चंद्र सुगंधी होतो
खोलीच्या तपमानावर निवडुंग वाढत असतो
पसरलेल्या हातांखालच्या जित्या डहाळीवरती
वठल्या बुबुळांचा कावळा नित्यनेमे बसतो

अवकाशात साकारलेले भयाकार नवे
निबरल्या संवेदनांना लत्ताप्रयोग हवे
तेही मिळतात! विपुल येते विकृतीचे पीक
आक्रोशाचे संगीत बनवून बाजारात वीक

अर्ध्या भूभागावर उठले दुष्काळाचे तडे
आणि उरलेल्या अर्ध्यावर रक्तमांस सडे
भूक आहे, पाप आहे, जगणे स्वप्नासमान
मळभलेल्या आभाळावर इंद्रधनुची कमान

वाटले ते एवढेच प्रिया- बाकी हेही खरे
तू येताना सळसळतात हे हिरवे गवततुरे
आहे म्हणतोस, असेलच ते सदाफुलींचे रान
प्रकाशाने बहरून येतील माझे पंचप्राण...

∎

भारती बिर्जे डिग्गीकर
('नीलमवेळ'मधून)

2 / Forest of evergreens

Fragrant moonbeam showers | On the footpath-dwellers
Sleeping on hungry stomach

Cactus silently blooms | in air-conditioned rooms
Spreading thorny branches

-Like outstretched palms | forever begging for alms
When city's commerce starts -

On the twigs of those branches | crow of my gaze hunches
With deadpan expression

Ultra-new shapes of fear | materialize in the air
A thicket spreads far

Hardened sensations speak | We want a newer kick
They get what they want

Crop of perversion abounds | laments are such good sounds
Music charts trending...

Hither cracks of drought | tither flesh- blood rot
Landscape of hunger and sin

Life is a long dream | where grey clouds stream
With scant rainbow arches

This is all I want to say | But you arrive, and hey!
Evergreen shrubs blossom

My soul baths in light | everything is exactly right
Or so, I tell myself.

■

Translated by : Bharati Birje-Diggiker

३ / कशिदाकाम

मनासकट माणसे पचवणे : फूटपाथचे अजगरी धोरण.
तिच्या कशिद्यांना साक्ष ठेवून.
खिडकीच्या माथ्यावर ती टांगते सर्वसर्वझ गुलबक्षी तोरण.

सारे पदपथिक. एकच शून्याभास. साऱ्या संवेदनांत निमंत्रण आत्मसात
अंतिम सत्याचे. हे नाव मृत्यूचे.
ती विणते शालीवर फुले. ठेवते डांबरगोळ्या कोमल गंधकोशात.

संमिश्र अनाहत गलबलाटात अपघाताची एक किंकाळी विखुरलेली.
पडद्यावर सळसळतात नृत्यमग्न मोर
बोटांच्या मेणबत्त्या मालवून एव्हाना ती उठून आत गेलेली.
∎

भारती बिर्जे डिग्गीकर

('मध्यान्ह' संग्रहामधून)

3 / Embroidery

The footpath winds like a python, swallowing men and minds.
In a window bedecked with dark pink lace
embroidered by her as mute witness
She watches as her fingers race

All pedestrians: one fantasy. All senses: singular acceptance
Of Truth Ultimate, Death. Evening falls
She embroiders flowers on shawls
Smelling of naphthalene balls

Was blood spilt on road? A distant cry mingled in the din.
She departs, the light in her window ceases
Peacocks embroidered in curtain creases
Swish and dance with breezes…

■

Translated by : Bharati Birje-Diggiker

४ / रेशीम

किड्याच्या अंगातून झरतात स्राव
सतत पाझरणारे चमकदार द्राव.
चिकटओले. पण खास त्याचे.
त्याचा गंध, त्याचं संविधान.
त्याची लज्जा. त्याचा अभिमान.
कसंही असो ते त्याचंच असणं,
त्याचंच त्याच्या कोशात जगणं.
'रेशीम'- असं नाही म्हणायचंय
खूप नंतर यातून ते निघायचंय.
चिकटसर स्राव आटल्यावर.
किड्याचा कोश फाटल्यावर.
किचकट साधन केल्यावर.
तलम प्रसाधन झाल्यावर.
रेशमाचं रूप वेगळंच असेल
किड्याचा कुठे पत्ताच नसेल...
∎

भारती बिर्जे डिग्गीकर
('नीलमवेळ' संग्रहातून)

4 / Silk

The silkworm oozes
a glowing secretion
moist and sticky
but its own creation.
Its own smell, its constitution.
Its personal shame and pride.
Ego ride.
No matter what it is,
That is its life, its being.
Its cocooned way of living.
"Silk"? – wait . No, not yet.
long time for that comment.
When the secretions thicken
The sheath is torn and broken
Complicated processes start.
Cosmetics do enhance art.

'Silk' has such elegant flair
Silkworm? no trace anywhere.
■

Translated by : Bharati Birje-Diggiker

५ / प्रार्थना

माझ्या चंद्रग्रस्त डोळ्यांसमोर
आकाशापलिकडले आकाश हो.
पावलात गोठलेल्या नृत्यनदीवरच
शुभ्रधगीचा आर्तस्वर छेड.
तुझी धुनी पेटव.
उल्हसू देत काळ्या वृक्षावळीतून मिणमिणणाऱ्या
दूरच्या दिव्यांना.
'संवेदनांचा सूर्यास्त सर्वच्या सर्व पाहायचाय मला
नंतर सखिमीलन' म्हणणाऱ्या प्रिय कवीचे
तसेच झाले ना?
कुंद मनात झिरमिर उत्तर होऊन झर.

शांतव.

मनोरलेल्या शब्दस्वर्गांवर शीतल बोटे फिरव.
कोसळू दे पूर्ण वर्षा मातीच्या कुशीत.
उमलू दे कुणीच न पाहिलेले
निर्व्याज फूल इथे.
तू शेवटली कोमल झुळूक बनून विरून जा
निर्वात नीरवतेत.

■

भारती बिर्जे डिग्गीकर
('मध्यान्ह' संग्रहामधून)

5 / A Prayer

Before my moonstruck eyes
Be the sky beyond skies.
In my feet, on a frozen river of dance
Strike a chord of hot white stance.
Light your pyre.
brighten distant lights flickering
in the dark wood of suffering.
'I must imbibe the entire sense-sunset ,
then reunite with my soul-mate'
A dear poet had thus wanted.
- Was it granted?
In mind's cloudy hour
Be a drizzle of answer.

Pacify.

Bring down the towering heaven of wordy stresses
With your cool caresses.
Let the rainstorm pour down and rest
In the loving soil's breast.
Let end's flower blossom here
Unseen, untouched, pure...
Be the last zephyr, tender,
In silent vacuum, surrender.

■

Translated by : Bharati Birje-Diggiker

श्रीधर नांदेडकर

१ / सहयात्रा

आपल्या उपस्थितीनं
पाखरं बिचकू नयेत
म्हणून खिडकी बंद ठेवली झाडाजवळची
रात्रीतून भरून ठेवलं पाण्याचं मडकं
आणि मनात उच्चारल्या सगळ्या प्रार्थना

मौनाला अहंकार समजू नकोस
अशी मनातल्या मनात विनवणी केली

ह्या कडाक्याच्या थंडीत
खोप्यात किंचित मळका कापूस ठेवला
कवी होणं म्हणजे
अशा धुकाळ अंधाऱ्या गारठ्यात
थोडीशी ऊब असावी यासाठी धडपडणं

खरंतर कुणाच्यातरी
निर्भय विहारासाठी
ह्या आकाशाचा निरोप घ्यावा लागतो
असं समजावलं स्वतःला

जसं वस्तीतलं लहानसं पोरगं
धावत्या आगगाडीला हात हलवतं
तशी दुरून पहात राहीन
जीवलगाची सर्जनयात्रा

तिकडे रानात
झाडाखाली कुडकुडणाऱ्या
कुत्र्याच्या छोट्याशया पिलाशी
आत्म्याची अदलाबदल करेन
आणि
स्वतःला कापडात लपेटून
त्याच्या अंगावर कुणी पांघरूण घालेल
म्हणून वाट पहात राहीन.

∎

श्रीधर नांदेडकर

1 / A Journey Together

My presence should not intimidate the birds
So I closed the window near the tree
Kept a pitcher full of water
And recited all the prayers
In my heart
Pleaded
with my heart and soul
to not misconstrue
silence as arrogance
In this severe cold
I kept a little soiled cotton in the nest
To be a poet means
to struggle for a little warmth
in such a foggy dark freezing coldness
I convinced myself
that it is essential to take leave
of the sky
for the fearless manoeuvring of others
Now,
I will see the creative journey of my dear
from a distance
like a child living in the nearby slums
waves hand at the moving train.
I will exchange my soul
with the puppy shivering with cold
under the tree in the jungle
And covering myself in a cloth
Will wait for someone to cover the puppy

■

Original Marathi poem by : Shreedhar Nandedkar
Translated by : Dilip Vitthal Chavan

२ / एकोपा

भर दिवसा
भर रस्त्यात
कुणी गोळी मारेल
म्हणून
आपली एकोप्याची गोष्ट
मी सोडणार नाही

कामगारांच्या चाळीतल्या
अंधाऱ्या खोलीत
माझ्या लहान भावाचा जन्म होताना
अगस्ती मामी मधु गायकवाडची आई
आणि फरीन चाची
रात्रभर जाग्या होत्या
जर्मनच्या थाळीत
त्या रात्री त्यांनी वाढलेल्या
डाळभातातल्या मिठाशी
मी कायम इमान राखीन

एक दिवस उडून जाण्याच्या बोलीवरच
वसलेली असते
धरणावरची छोटीशी वस्ती
आम्ही झाडावरच्या पाखरांसारखे
एकत्र आलो
प्रेमळ कलकल केली
आणि पांगलो दाही दिशांनी
तरीही हजार वर्ष सळसळत राहील
मनातलं एकोप्याचं झाड

त्या झाडानं घातलेली शपथ
नाही मोडणार जीवात जीव आहे तोवर
दुष्ट राजाची गोष्ट
मिटता मिटत नाही काळाच्या पडद्यावरून
आपल्याला द्वेषाची भूल देऊन
तो पुन्हा पुन्हा
सिंहासनावर विराजमान होतो

म्हणून आर्त हाका मारतो
पांगलेल्या सगळ्या मित्रांना
आणि झाडाच्या शपथेची
पुन्हा पुन्हा आठवण करून देतो.
∎

श्रीधर नांदेडकर

2 / Harmony

Simply because
someone will shoot me in a broad daylight in the street,
I will not keep incomplete the story of our harmony.
When my younger brother was to born
in the dark room of the workers chawl,
Agasti Mami
Madhu Gaikwad's mother, and *Farin Chachi*
remained awake throughout the night.
I will remain loyal to the salt of that *Dal*-Rice
which they served me in an aluminium plate.
A small colony near the dam
gets peopled on the condition of flying away
one or the other day.
Like the birds on the tree
we came together
twittered lovingly
and got dispersed in all directions.
Yet,
the tree of harmony in the heart
will keep rustling for thousand years.
Will not break the oath given by that tree
till the last breath.
The story of a callous king
flashing on the screen of the time,
doesn't end by all means.
By stupefying us with hatred,
he enthrones himself
again and again.
That is why,
earnestly I call all the dispersed friends
and remind them,
again and again,
the oath given by the tree.

◾

Original Marathi poem by : Shreedhar Nandedkar
Translated by : Dilip Vitthal Chavan

३ / धीराचा शब्द

अंधारानं आवाज दिल्यावर
अगदी उलट्या दिशेनं चालायचं
लक्षात आहे नं तुझ्या ?

तिकडे जायचं
जिथे एक मुलगा
हातात बॅट-बॉल घेऊन उभा असतो
कदाचित तो तुझीच वाट पाहत असेल

जिथे झाडाखाली बसून
रिल्केची पत्रं वाचतो आपण
तिकडे जायचं

किंवा प्रकाशाची तिरीप
बरोबर घोंगडीवरच्या पुस्तकावर पडते
ती दुपारची वेळ गाठत
पुस्तकाच्या जगात बुडून जायचं

तुझ्यातला भेदरलेला ससा
माझ्या तळहातावर ठेव
आणि तू निर्धास्त जा
बघ मुलं तुझ्याकडून
'एन्शंट मरिनर' शिकायला
किती उत्सुक आहेत

आपण धुवाधार पावसात
घर बदललं होतं
ते आठवतंय का ?
पाठीवर पाऊस झेलत
तू माझी कवितेची वही
भिजू दिली नाहीस

आता माझी वेळ आहे
दुःखाचा ढग फुटला
तर मी झेलीन
तुला भिजू देणार नाही

आपल्याला आपल्या गोड मुलांच्या
डोळ्यांतले
सूर्योदय पाहायचेत
त्यांच्या उडत्या पंखावरचे
रेशमी निळे रंग पाहायचेत
त्यांची गिरकी पूर्ण होताना
ते कदाचित पाहतील आपल्याकडे क्षणभर
तेव्हा आपण तिथं असायलाच हवं

माझ्याकडे तुझ्यासाठी
कायम सोबत करणारा
कवीचा तळहात आहे केवळ
तेवढा सोडू नकोस फक्त

मग बघ
पहाटेच्या नीरव शांततेत
पंडितजींचा भैरव उमटेल
पोरांची अन् पाखरांची किलबिल होईल
नुसरत साहेबांच्या कव्वालीनं
आसमंत भरून जाईल
आणि तहान भागल्या जमिनीतून
वर येणाऱ्या कोवळ्या अंकुरासारखी
जीवनेच्छा पुन्हा तरारून येईल.

■

श्रीधर नांदेडकर

3 / A Word of
Consolation

"Whenever the darkness will call,
walk exactly in the opposite
direction,"
Do you remember?
Go there
where a boy stands
with a bat and a ball in his hands.
Perhaps he might be waiting only
for you.
Go and sit under the tree
where we read Rilke's letters.
Or
Catch a moment in the afternoon
when the gleam of sunshine
Illumines the book
kept on the coarse blanket,
and merge into the world of a
book.
Keep on my palm
the terrified rabbit in you
and go fearlessly.
See,
the students are so curios to learn
"The Ancient Mariner" from you.
Do you remember the home
we had changed in the torrential
rains?
You shielded my diary of poems
from the rains
with your back
but did not allow it to get wet.
Now,
it is my turn.
Even if the cloud of sorrow bursts
out,

I will catch it
and will not allow you to get
drenched.
We have yet to see,
the rising suns in eyes of our
sweet sons,
the silken blue colours of their
wings while flying.
While completing their gyration
they will look for us.
May be for a moment,
but then, we have to be there.
For you,
I only have a palm of a poet
to accompany you all the time.
Never leave it, please.
Then see,
in the soundless peace of the
dawn
emerging the notes of the *raga
Bhairav*
of *Panditji*.
Children and the birds will
begin to twitter
The whole surrounding will get
enchanted
with *Nusrat Saab's Kawwali.*
And like a sapling sprouting
through the quenched land
the desire for life will bloom
again.

■

Original Marathi poem by :
Shreedhar Nandedkar
Translated by : Dilip Vitthal Chavan

४ / बशर नवाज
साहेबांशी दुखरा संवाद

कवीचं मरान पाहण्याचं धाडस नाही
म्हणून तुम्ही गेलात तेव्हा
मी सशासारखा
बिळात लपून राहिलो
तुमच्याशिवायचं हे शहर
आता फार उदास वाटतं

चांदण्या रात्री
जिथं शहागंजच्या चबुतऱ्यावर
तासन्तास मुशायरा चालायचा
तिथं आज
आजूबाजूच्या सगळ्या दुकानांची
आगीत राखरांगोळी झालीय

अंधारात फडफडता दिवा सांभाळू
पाहणाऱ्या
तुमच्या तळहातांची फार आठवण होते
जेव्हा माणसातलं विष उफाळून येतं
आणि एक निष्पाप पोर
आईच्या पदराखाली कायमचं झोपी जातं

आता कुणाची वाट पाहणार
असं वाटून
मीनाबाजारातली सगळी खेळणीदेखील
जळून राख झालीयत

खेळण्याला कळतं ते हाडामासाच्या
माणसांना कळत नाही
बशर साहेब
फार बेरहम असतो
सिंहासनाकडे जाणारा रस्ता

तुम्ही पाखरांसारखं
माणसांना बोलावलंत
नेहमी नेहमी हाका मारून
किलबिल नसेल तर
फार पोरकं वाटतं असं म्हणायचात नेहमी

तुम्ही नाही आहात आता
आणि चमनमध्ये पाखरं येत नाहीयत
झाडांचा आणि पाखरांचा
एकमेकांवर विश्वास असल्याशिवाय
बागेत बहराचे दिवस येणं अशक्य
हे किती खरं सांगितलं तुम्ही
कवीचं मरान
फार चटका लावतं
जेव्हा झाड आणि पाखरांच्या दरम्यान
गरिबांची दुकानं जळालेली असतात

उरलेल्यांनी धडपड सुरूच ठेवावी लागते
तळहात बदलतात फक्त
माणुसकी जिवंत राहावी म्हणून
कवीचा जत्था दुआ मागणं सुरू ठेवतो
∎

श्रीधर नांदेडकर

4 / A Painful Dialogue with Bashar Nawaz Saab

I do not have courage
to see the death of a poet
So,
when you passed away,
I remained hidden in a burrow
like a rabbit.
Bashar Saab,
This city appears terribly
gloomy
without you.
All the shops
around the *Chabutara* of the
Shahaganj
where *Mushairas* were enjoyed
for hours and hours
in the starry nights
are burnt to ashes now.
Whenever the poison in the man
overflows
and the innocent child sleeps
eternally
under the veil of the *saree* of a
mother,
I miss the palms of your hands
struggling to protect
the flickering lamp in the
darkness.
Feeling futile to wait for
anyone,
all the toys in the *Meenabazar*
are burnt to ashes.
What even the toys understand,
the man with flesh and blood
doesn't.

Bashar Saab,
the way to the throne
is horribly merciless.
Calling again and again like
birds,
You loved to gather human
beings.
You always used to say,
"I feel like an orphan,
if there is no chirping around."
Now, you are no more.
The birds have stopped
landing in the garden.
"Unless the birds and the tress
trust each other,
the garden will never see its
prime,"
you said it so rightly.
When the shops of the poor
people burn
between the trees and the birds,
a poet's death is really very
disturbing.
Those who remain behind
have to continue the struggle
only the palms of the hands
change.
A band of poets continue to pray
for the life of the humanity.

■

Original Marathi poem by :
Shreedhar Nandedkar
Translated by : Dilip Vitthal Chavan

५ / ठिणगी

ही एकोप्याची संहिता
का एवढी जिव्हारी लागते तुझ्या ?

एवढं लक्षात ठेव
पाखरू कोंडून ठेवलं
की गाणं वणव्यासारखं
पसरतं जगभर

त्याच्या चोचीतली
वाळलेली काडी
खरतरं असते
घर उभारण्यासाठी
पण तुझं वागणं असं
की तिच्यात उमटतेय
एक आगीची ठिणगी

छातीच्या रुंदीवरून
ठरत नसतो पुरुषार्थ
आणि संवेदनशीलता
ठरत नसते
मगरीचे आसवं ढाळून

खरंतर ती ठरते
आजारी पाखराबद्दल
तुम्हाला काय वाटतं त्यावरून

तू ज्याला कोंडून ठेवलं आहेस
त्याचं गाणं
आमच्या कंठात रुजलंय

कलावंताला मिळतो लोकाश्रय
सत्तेची झूल सांभाळायला मात्र
लागतात भाडोत्री भाट

हवेचा अंदाज घे
आणि उघड पिंजऱ्याचं दार
नाहीतर सांभाळ तुझी
स्वप्रतिमेत गुंफलेल्या
सोनेरी अक्षरांची शेरवानी

ठिणगी फार वेगानं
आगीत रूपांतरीत होत असते
■

श्रीधर नांदेडकर

5 / A Spark

Why does this text of harmony
prick you?

Never forget:
Even the song of a caged bird
can spread all over the world
like wildfire.

That dry straw in its beak
may be for a nest.
But what you do
lights the spark, sets it ablaze.

It's not the size of the chest
that makes a man.
Crocodile tears
do not show sensitivity.

It is what you and I feel for the sick bird.

The song of the bird
which you have caged
is deeply rooted in our throats.

Yes, people take care of an artist.
The powerful need bards to speak and sing about them.

Feel the changing direction of the wind.
Open the door of the cage.
Else take care of your coat
designed in narcissist letters of gold

A spark becomes a wildfire very quickly.

■

Original Marathi poem by : Shreedhar Nandedkar
Translated by : Dilip Vitthal Chavan

अजय कांडर

१ / सारा वातारच पेटवून द्यायचा म्हणतोय

पूर्वी ओल
माणसाच्या बोलण्यातही
कधी कधी सापडत जायची
आता तर
मनाचा तळ शोधूनही सापडत नाही
कणाकणाने वाढत जातो आहे आक्रोश
संवेदनेचं एकही पान
हलू नये
असा भोवतालचा दर हंगाम
लोकशाहीच्या मुळावर
म्हणूनच आता
सारा वातरच पेटवून द्यायचा म्हणतोय
असहिष्णुतेच्या तणकट मुळासकट!

■

अजय कांडर

Ajay Kandar

1 / So Wish I Now to Put on fire

Moisture in the past
could be found at times
in human utterance
… and now
no avail, even reach to
the bottom of heart.
Heartbroken cry
is filling the sky
grain by grain.
Not a single sensitive leaf to move;
such are the seasons around...
attacking the roots of democracy.
So wish I now to put on fire
at once all this leafy dry scenario
along with grassy hard roots
of intolerance.

■

Original Marathi poem by : Ajay Kandar
Translated by : Anil Farakate

२ / रिंगणात राहणारी माणसं

मी तुमच्या

बरोबर चालताना सावध नसतो

कधी पुढे जातो, कधी मागे राहतो

तुम्ही मात्र

मागे वळून शंका घेत राहिलात

माझ्या प्रामाणिकपणाबद्दल

माझ्या बोलण्यावर तर तुम्ही विश्वासच ठेवला नाही

सतत माझे शब्द तपासण्याचीही भाषा बोलत राहिलात

आणि शब्दावरच विश्वास ठेवण्याचा दिलाही सल्ला

माझ्या 'स्वप्ना'च्या रिंगणाविषयी सांगताना

तुम्ही हसला

तेव्हा तुमच्या हसण्यातून

छद्मीपणाचा दर्पही विरघळत गेला सर्व दूर

पण मी हसलो ते मात्र

असहिष्णूच वाटत राहिले तुम्हाला

मी लोकशाहीवर काळोख पसरत चाललाय

असं म्हणताच

तुम्ही म्हणालात

सत्तेवर आल्यावर उजेडाचं जास्त बोलू नये

तेव्हातर मी तुमच्यापासून

माझ्या वाटाच वेगळ्या केल्या

तर खूप दिवसांनी लक्षात आले

तुमच्यापासून वाटा वेगळ्या केलेला प्रत्येकजण

खूप दूरवर चालत गेला

आणि तुम्ही तर

रिंगण्याच्या सीमारेषेवरही पोहचला नव्हता

तरी मला कळून चुकलेच होते

रिंगणात राहणारी माणसंच

लोकशाहीला अधिक धोकादायक असतात

मग सांगा सत्तेवरचा फेकू आणि 'तुम्ही माझे कलावंत'

यात फरक तो काय?

■

अजय कांडर

2 / Men Living within a Circle

I am not alert
while walking along with you;
ahead sometime, sometime behind.
You, turning back doubted my honesty
and never trusted my words.
You spoke of scanning my words
every now and then
despite my urge to trust my words.
You laughed when I spoke
of the circle of my dream;
a sarcastic foul smell of your laugh
melted all over.
But you took me intolerant
when I laughed.
When I said: darkness is covering democracy
you reacted: no more talks on light when in power.
Since then I parted the ways from yours.
Long after I realized
everyone parted from you
has walked far away
and you even could not reach
the circumference.
In fact I had already sensed:
men living within a circle are
far too dangerous to democracy.
Now tell me
how to distinguish liar in the power
from you my artists?

■

Original Marathi poem by : Ajay Kandar
Translated by : Anil Farakate

३ / राष्ट्रवाद

तुम्ही राष्ट्रवाद सांगताय
आणि
तुमच्याच मनातील
धर्म मोठा करू पाहताय
मी राष्ट्रातील
एक एक घर वाचवू पाहतोय
आणि प्रत्येक धर्मांतील माणूस भूमिनिष्ठ करू पाहतोय
तुम्हाला
जात महत्त्वाची वाटतेय
मला माणूसच महत्त्वाचा वाटतोय
तुम्ही म्हणता,
राष्ट्रवाद टिकेल तर राष्ट्र टिकेल
मी म्हणतो,
राष्ट्रातील माणूस टिकला
तर राष्ट्र आपोआपच मोठं होईल!

∎

अजय कांडर

3 / Nationalism

You are advocating nationalism
and willing to enhance
the religion of your mind.
I am attempting to save
one by one the homes in the nation
and trying to make a man from
each religion
loyal to the land.
Caste is important to you
and to me only the man.
You say, if nationalism survives
nation will survive;
I say, if the man in the nation survives
the nation will become
instinctively great!

∎

Original Marathi poem by : Ajay Kandar
Translated by : Anil Farakate

४ / शाई

लिखित शब्दाच्या शाईला
महत्त्व असतंच
म्हणूनच निळ्या, काळ्या शाईने
लिहिणाऱ्यांना त्यांनी
काळाची शाई समजून घेण्याची सरळ सरळ धमकीच दिली
कोणताही काळ असो
आमचं पेन
रक्ताच्याच शाईने माखलेलं असेल
हे मी आधी
ऐकलं होतंच
आता तर
रक्ताच्या शाईचा थेंबाथेंब
धर्मग्रंथाच्या पानावर
∎

अजय कांडर

4 / Ink

The ink of the written word
has sure significance.
So they openly threatened
the writers using blue and black ink
to recognize the ink of the time.
Whatever the age,
our pen will be smeared with
the ink of blood;
this I had already heard.
And now I see
drops and drops of blood made ink
on the pages of their scripture.

■

Original Marathi poem by : Ajay Kandar
Translated by : Anil Farakate

५ / हुकूमशहाची पहिली नजर

लोकशाही
कधी एकाचवेळी मरत नाही
नाही कधी
ती तेजाने उजळते
ती कणाकणानेच मारली जाते
हुंडशाहीच्या विरोधात
रस्त्यारस्त्यावर संघटीत विचार
पेरला जाईल
तेव्हा हुकूमशहा आधी गांधी होईल
नंतर आंबेडकर
आणि शेवटी घाव घालेलच
हिटलर होऊन
लोकांनीच लोकांसाठी बनविलेले शासन
हा लोकशाहीचा
संविधान विचार
मान्यच नसतो हुकूमशहाला
अशाच वेळी लोकशाहीसाठी
सर्वाधिक धोकादायक असते ती
हुकूमशहाची पहिली नजर!
■

अजय कांडर

5 / Dictator's First Glance

Democracy never dies at once
neither sparks with splendour;
it is killed grain by grain only.
When ochlocracy will be challenged by
organised thought sowed on roads,
the dictator will first play Gandhi,
then Ambedkar
and at last the Hitler in him
will certainly stab.
Dictator never agrees to
the constitutional core of democracy-
government by the people and for the people…
At this juncture
most dangerous to democracy is
the Dictator's First Glance.

■

Original Marathi poem by : Ajay Kandar
Translated by : Anil Farakate

पी. विठ्ठल

१ / सरकार!

सरकार!
तुम्ही सरकार आहात
सरकार आहात म्हणजे
शक्तिशाली आहात
शक्तिशाली आहात म्हणजे
तुम्ही खूप काही आहात
सरकार!
तुमच्या नावातच विलक्षण जादू आहे,
भय आहे
तुम्ही निडर आहात बेधडक आहात
तुम्ही कुणाचेही आव्हान क्षणार्धात
मोडून काढू शकता
तुम्ही कोणालाही निष्प्रभ करू शकता
तुम्ही कोणालाही मुक्त करू शकता
तुम्ही कोणालाही गुलाम करू शकता

सरकार!
तुम्ही लिहित्या हातांच्या
लेखण्या मोडू शकता
विरोधात बोलणाऱ्यांच्या
जीभा छाटू शकता
तुम्ही लोकांच्या माना मोडू शकता
अश्रुधूर फवारून
लाठीचार्ज करू शकता
तुम्हाला हवी तशी राष्ट्रनिष्ठा
तुम्ही वदवून घेऊ शकता
तुम्हाला हवा तसा इतिहास
लिहून घेऊ शकता
कोणत्याही मूर्ख नेत्याला

धीरोदात्त नायक म्हणून
जनतेपुढे उभे करू शकता

सरकार!
तुम्ही तुमच्या महत्त्वाकांक्षा
सक्तीने लादू शकता
कोणत्याही काळ्या-निळ्या ढगात
तुम्ही तुमचे रंग भरू शकता
कोणत्याही निसर्गरम्य भूमीला
युद्धभूमी करू शकता
तुम्ही तुमच्या प्रतिष्ठेचे स्वप्नाळू फुगे
कटकारस्थानांच्या यज्ञात
सोडून देऊ शकता
तुमचा धर्म, तुमच्या राजनिष्ठा,
तुमची तथाकथित उदात्त तत्त्वे
तुमचे वैरभावाचे राजकीय तत्त्वज्ञान
तुमचा वंशपरंपरागत उन्माद
सरकार! आत्मसन्मानाचे सारे प्रश्न
तुम्ही गिळून टाकता
नैतिकतेचे सारे मार्ग गोठवून टाकता
तुम्ही सारं सारं करू शकता;
पण इथल्या कनवाळू माणसांच्या
मनावर झालेल्या जखमा
भरू शकता काय?

P. Vitthal

Oh ! Government !

Oh! Government !
You are the government
Being a government means
being powerful
And being powerful means a lot

Oh! Government!
Your name has bizarre magic
and terror in itself
You are fearless and impetuous
You can quell anyone's
challenge in a jiffy
You can fade anyone out
You can set anyone free
You can enslave anyone

Oh! Government!
You can deprive hands of pens
You can cut out the tongues
those speak against you
You can break people's necks
You can use a lathicharge and
tear gas shells
You can make people wear
your kind of patriotism on their
sleeves
You can have history written as
you like it
You can present any foolish
leader as a HERO to the masses

Oh! Government!
You can inflict your ambitions
on forcefully
You can fill in the black and
blue cloud with your colors
You can turn scenic land into a
battlefield
You can sacrifice the pumpkins
of your ignominy
In the *YAGYA* of conspiracies
Your religion, your loyalty, your
so-called noble principles
Your political philosophy of
spite and hatred
Your hereditary arrogance
Oh! Government! You bury all
the issues of self-esteem
You freeze all avenues of
morality
You can do anything and
everything;
But…
Can you heal the wounds of
the mind of the compassionate
people?

सरकार!
तुम्ही काहीही करू शकता
तुम्ही आणीबाणी लादू शकता
तुम्ही तुम्हाला हवे ते पुतळे
उभारू शकता
नको ते पुतळे आणि स्मारके
उद्ध्वस्त करू शकता
तुम्ही घटना बदलू शकता
तुम्ही अभ्यासक्रमाची
पुनर्रचना करू शकता
तुम्ही राष्ट्रीय प्रतीके बदलू शकता
गैरसोयीच्या गाथा नदीत बुडवू शकता

तुम्ही दहशतवाद्यांना, नक्षलवाद्यांना
पकडू शकता
तुम्ही संशयितांचे एन्काऊंटर
करू शकता
तुम्ही कुणालाही
नजरकैदेत ठेवू शकता
तुम्ही कधीही
अघोषित संचारबंदी लावू शकता
कुणाच्याही खाजगी जगण्यावर
निर्बंध लादू शकता
जमावबंदी करू शकता
तुम्ही नाकेबंदी करू शकता
तुम्ही दंगली घडवू शकता
तुम्ही दंगली मोडू शकता
पण सरकार!
तुम्ही दंगलीत आई गमावलेल्या
चिमुकल्याचा 'आधार'
होऊ शकता काय?

सरकार!
तुम्ही धर्मग्रंथाची पाने फाडू शकता
पुस्तकांवर बंदी आणू शकता
तुम्ही विचार आणि
अभिव्यक्ती स्वातंत्र्याचा
संकोच करू शकता
तुम्ही तुमचा अजेंडा
सार्वत्रिक करू शकता
तुम्ही तुमचे लेखणी बहाद्दर
घडवू शकता
कौतुकाची कोरी कागदे
घरोघरी वाटू शकता
गल्लीत, चौकात, रस्त्यावर,
मैदानात, एसटीत,
रेल्वेत जिथे जागा मिळेल तिथे
तुम्ही तुमच्या विचारांचे
प्रदर्शन करू शकता
तुम्ही कुणालाही दोषी ठरवू शकता
तुम्ही कुणालाही देशद्रोही
ठरवू शकता
बंडखोरांचे उठाव
तुम्ही क्षणात मोडू शकता
सरकार! तुम्ही आहातच शक्तिशाली;
पण तुमचे शक्तिशाली बळकट हात
इथले बलात्कार
थांबवू शकतात काय?

सरकार!
तुम्ही सरकार आहात म्हणजे
तुमच्याकडे प्रचंड सैन्य आहे
सैन्य आहे म्हणजे अफाट दारुगोळा
नि शस्त्र आहेत
शस्त्र आहे म्हणजे लढण्याची
बेसुमार कुटनीती तयार आहे
हत्ती घोडे नि काय काय आहे
तुमच्याकडे अणुबॉम्ब आहे
प्रयोगशाळा आहे

Oh! Government!
You can do anything
You can impose an emergency
You can erect the statues of your
choices
You can destroy statues and
monuments you don't want
You can change the constitution
You can redesign curriculum
and syllabus
You can change national
symbols
You can drown inconvenient
songs and verses in the river

You can catch terrorists, Naxals
You can encounter suspects
You can detain and put anyone
under house arrest
You can enforce an
unannounced curfew at any time
You can impose restrictions on
anyone's personal life
You can ban mobilization
You can blockade
You can engineer riots
You can cease the riots
But…
 Oh! Government!
Can you be the support to the
innocent child
Who has been unmothered by
the riot?

Oh! Government!
You can tear up the pages of
scripture
You can ban books

You can limit the freedom of
thought and expression
You can publicize your agenda
You can create spineless
vertebrates writers
You can distribute blank papers,
full of praise, at homes
In alleys, squares, streets,
grounds, on the buses,
On the train - in every nook and
corner
You can exhibit your thoughts
You can convict anyone
You can declare anyone a
traitor
You can trample down
rebellions' revolt in an instant
Oh! Government! You are the
mightiest;
But…
Can your mighty hands stop the
rapes?

Oh! Government!
You are the government means
you have a huge army
Having an army means having
a lot of ammunition and
weapons
Having weapons means well
equipped with diplomacy,
strategies, and tactics for
fighting
Elephants, horses, and so many
things you have
You have atomic bombs you
have laboratories

आकाशपाताळ एक करणाऱ्या
अनेक मोहिमा आहेत तुमच्याकडे
तुमच्याकडे तुरुंग आहेत
तुमच्याकडे कोंडवाडे आहेत
कायदा आहे पोलीस आहेत
तुम्ही ठरवलं तर कुणाचाही
निःपात करू शकता
तुम्ही ठरवलं तर कुणावरही
मुर्दुमकी गाजवू शकता
तुम्ही ठरवलं तर शतकानुशतके
राज्य करू शकता
दिवसरात्र भाषणे करू शकता
फर्मान काढू शकता
तुम्ही साऱ्या सरहद्दीवर
हक्क सांगू शकता
तुम्हाला हवे तिथे तुम्ही तुमच्या
अस्तित्वाचे
झेंडे रोवू शकता
पण सरकार!
निर्वासितांच्या फुटभर जमिनीवर
तुम्ही आस्थेची पेरणी
करू शकता काय?

सरकार!
तुम्ही पराजितांच्या प्रेतांवरून
रणगाडे चालवू शकता
तुम्ही हवेची दिशा बदलू शकता
तुम्ही वाळवंटाचे नंदनवन करू शकता
किंवा
नंदनवनाचे वाळवंट
तुम्ही पूर्व पश्चिम दक्षिण उत्तर
नैऋत्य आग्नेय ईशान्य वायव्य
साऱ्या साऱ्या दिशांचा
इतिहास भूगोल बदलू शकता
तुम्ही मानवी वंशाचे, आदिमतेचे किंवा
पूर्वपरंपरांचे पुरावे नष्ट करू शकता
त्यांच्या सांस्कृतिक भूतकाळाचा बळी
घेऊ शकता

सरकार!
भाषेची, संस्कृतीची सारी कथानकं
तुम्ही बदलू शकता
माणसाच्या नैसर्गिक जगण्यावर
निर्बंध लादू शकता
लाचारांचा दुष्काळी प्रदेश घडवू
शकता
प्रत्येक नव्या शोधाला, निर्मितीला
तुम्ही तुमचे नाव देवू शकता
अद्भुत, अगम्य गोष्टींचे सारे पेटंट
विकत घेऊ शकता
अणू-रेणूचे सारे सिद्धांत मांडू
शकता
तुम्ही हायवे बांधू शकता
तुम्ही ओव्हरब्रीज बांधू शकता
पण सरकार!
माणसामाणसांच्या नात्यात
तुम्ही सलोख्याचा पूल
बांधू शकता काय?
धर्म, जात आणि नीतिभातीचे शास्त्र
बदलू शकता काय?

सरकार!
युगानुयुगांपासून तुम्ही सरकार
आहात
काळ बदलला तशी तुमची नावं
बदलत राहिली
नावे बदलत राहिली तशी तुमची
कृत्ये बदलत राहिली
बदलले नाही ते तुमचे राजकारण

You have many missions that
can move heaven and earth
You have prisons
You have pounds
You have the law you have the
police
If you decide you can annihilate
anyone
If you decide you can flex your
muscles dominate anyone
You can rule for centuries if
you decide
You can make speeches day
and night you can decree
You can claim all the borders
You can hoist the flags marking
your existence wherever you
please
But…
 Oh! Government!
Can you sow faith in a foot of
land of refugees?

Oh! Government!
You can run tanks
Over the corpses of the
defeated
You can change the wind
direction
You can turn a desert into
paradise or
The paradise into a desert
East West South North
Southwest Southeast Northeast
Northwest
You can change all directions
You can change history and
geography

You can destroy the evidence
Of the human race, primitives,
or prehistory
You can sacrifice their cultural
past

Oh! Government!
You can change
The whole story of language and
culture
You can impose restrictions on
human's natural living
You can create a drought region
of the helpless
You can give your name to
Every new invention, creation…
You can buy all the patents of
marvellous, obscure things
You can formulate all theories of
atom-molecule
You can build highways
You can build overbridges
But…
Oh! Government!
Can you build a bridge of amity
for humans?

Oh! Government!
You have been The Government
for ages
Your name kept changing as
time went on
As the names kept changing, so
did your actions
What never changed is your
politics

सरकार !
तुम्ही सतत वर्चस्वाची लढाई
लढत राहिलात
तुमचे प्रभुत्व प्रस्थापित
करत राहिलात
तुमच्या अवाढव्य भुकेने
शतकानुशतकांचे उंबरठे पार केले
पिढीदरपिढी तुमची भूक अधिक प्रबळ
होत गेली
प्रश्न काळाचा नसतो
प्रश्न प्रदेशाचा नसतो
प्रश्न पिढीचाही नसतो
भिंत बदलली तरी भिंतीवरच्या पालीची
भूक बदलत नाही
जगड्व्याळ भूकेपुढे गरिबांचे मरण
चुकत नाही

सरकार !
तुमच्याकडे तुमची भाषा आहे
तुमच्याकडे तुमचे व्याकरण आहे
तुमची मूल्यव्यवस्था आहे
कधीच न संपणारा अहंगंड आहे
हितसंबंधांची आयुधे आहेत
हव्यासाचे वेडेपण आहे
तुम्हाला तुमचे श्रेष्ठत्व जपायचे असते
तुम्हाला तुमची व्यवस्था
बनवायची असते
तुम्हाला तुमचा वंश
वाढवायचा असतो
सरकार !
तुम्ही दांभिक समाजपुरुष आहात
तुम्ही जनादेश मिळवू शकता
तुम्ही जनादेशाचा
अनादर करू शकता
तुम्ही आत्मकेंद्रित आहात
तुम्ही वाट्टेल ते करू शकता
म्हणजे तुम्ही समुद्राला
आग लावू शकता

तुम्ही जंगल पेटवू शकता
तुम्ही साऱ्या साऱ्या पृथ्वीची
राखरांगोळी करू शकता;
पण तुम्ही वर्णद्वेषाची भ्रष्ट संहिता
जाळू शकता काय ?

सरकार !
तुमच्याकडे महाकाय समुद्र आहे
महाकाय पर्वत आहे
गडगंज संपत्ती आहे
सक्तिने कृतज्ञता व्यक्त करणारे
अनुयायी आहेत
विद्वानांच्या टोळ्या
तुमच्या दिमतीला आहेत
त्यांच्या मेंदू आणि मनाच्या चाव्या
तुमच्या हातात आहेत
(त्यामुळे कोणताही अपराध
घडण्याची सुतराम शक्यता नाहीच
त्यांच्याकडून)
शिवाय प्रेम, विश्वास, दया, करुणा हे
शब्द गोठवलेत तुम्ही
जगातल्या प्रत्येक गोष्टीवर तुम्हाला
तुमचे नाव कोरायचेय

तुम्ही कोणत्याही ऐतिहासिक प्राचीन
वारस्याला सुरुंग लावू शकता
किंवा कोणत्याही पुरातन
शीलालेखांची लिपी बदलू शकता
तुम्ही ताजमहाल बांधणाऱ्याचे हात
कलम करू शकता
तुम्ही प्रेम करणाऱ्यांना

Oh! Government!
You've been constantly fighting
a battle for supremacy
You've been establishing your
dominance
Your ravenous hunger
Crossed the threshold centuries
after the centuries
Generations after generations
your appetite grew enormous
It's not the question of time
It's not the question of region
It's not the question even of a
generation
Even if the wall changes
The appetite of the lizard on the
wall does not change
The poor can't escape the death
by infinite hunger

Oh! Government!
You have your own language
You have your own grammar
You have a values system
There is a never-ending ego
There are weapons of interest
There's the madness of desire
You want to maintain your
superiority
You want to make your own
system
You want to grow your
bloodline
Oh! Government! You are a
hypocritical socialite
You are self-centered
You can do whatever you want

It means you can set the sea on
fire
You can set the forest ablaze
You can ravage the entire earth;
But…
Can you burn the corrupt
scripture of racism?

Oh! Government!
You have
Gargantuan oceans
Huge mountains
Countless wealth
Followers who express gratitude
out of compulsion
Gangs of scholars at your
service
You possess the keys to their
brains and minds
(So there is no possibility of any
crime from them)
Besides, you have frozen the
words like love, faith, kindness,
compassion…
You want to emboss your name
on everything in the world

You can undermine any
historical and ancient heritage
Or you can change the script of
any ancient inscription
You can chop the hands off of
the artificers building
the *Taj Mahal*
You can pronounce capital
punishment to lovebirds
You can behead anyone in any
square

देहदंड देवू शकता
तुम्ही कोणत्याही चौकात एखाद्याचा
शिरच्छेद करू शकता
तुम्ही देशभक्तिची नवी व्याख्या
रचू शकता
तुमच्या स्वप्नातली
एखादी संस्कृती घडवू शकता
सरकार तुम्ही हवाई हल्ले करू शकता
तुम्ही माणसांच्या शरीरात भयाचे
विषाणू सोडू शकता
तुम्ही संशोधनाचे निष्कर्ष
बदलू शकता;
पण
सरकार!
तुम्हाला पडणाऱ्या मरणभयाची स्वप्ने
तुम्ही टाळू शकता काय?

सरकार!
तुमचाच इतिहास
तुमचाच भूगोल
तुमचेच शास्त्र
तुमचेच पुराण
तुमचेच तत्त्वज्ञान
तुमचेच गणित
गड तुमचे किल्ले तुमचे गुहा तुमच्या
राजवाडे तुमचे
मॉल तुमचे मल्टिफ्लेक्स तुमचे
नॅशनल इंटरनॅशनल कंपन्यांचे आणि
अगणित अगणित प्रॉपर्टींचे तुम्ही
मालक असता

तुमचेच शब्द तुमचेच कोश
तुमचीच जहागिरी तुमचीच कारागिरी
भव्य दिव्य महालांचे तुम्ही परंपरागत
वारसदार
तुम्ही ज्ञानी माणसाला
निर्बुद्ध करू शकता
तुम्ही निर्बुद्धाला ज्ञानी करू शकता
तुम्ही कुणालाही
सळो की पळो करू शकता
तुम्ही कुणाचीही निघृण थट्टा
करू शकता
तुम्ही ठरवले तर
कुणालाही बेघर करू शकता
प्रतिकाराच्या हातांना
जखडून टाकू शकता
मग सरकार!
हे भव्यदिव्य कारखाने, रस्ते, प्रकल्प,
हा जमीन फाडणारा अकराळ-विकराळ
भौतिक विकास कुणासाठी आहे?

सरकार!
जगाच्या इतिहासातली हजारो पानं
तुम्ही व्यापली आहेत
कधी तुम्ही तैमुर असता बाबर असता
तर कधी वांशिक साम्राज्य निर्माण
करण्यासाठी लाखो ज्यूंची
कत्तल करणारे
हिटलर असता
कधी चीनचे क्रूरकर्मा मॉओ असता
कधी रशियाचा हुकुमशहा
स्टॅलिन असता
तर कधी मनू किंवा मंबाजी असता
सरकार!
तुम्ही कधी जनरल डायर असता कधी
सद्दाम असता
कधी मुअम्मर अल-गद्दाफी वा
कासिम रिझवी
कधी किम जोंग असता

You can redefine patriotism
You can create a culture and a
civilisation of your dreams
Oh! Government! you can do
airstrikes
You can inject the virus of fear
into the human bodies
You can change the findings of
the research;
But…
Oh! Government!
Can you elude nightmares and
Dreams of Death?

Oh! Government you have…
Your own history
Your own geography
Your own …ology and …ics
Your own myths
Your own philosophy
Your own math
Your own all castles, forts,
caves, palaces…
Your own all malls multiplexes
national international companies
and
You the owner of known and
unknown properties

Your own
The words, lexicography
Feudalism, Craftsmanship
You are the traditional heir of
magnificent palaces
You can turn a wise man into an
imbecile
You can turn an imbecile into a
sage

You can harry and give anyone
the hard time
You can make fun in barbaric
derision of anyone
You can make anyone homeless
if you decide
You can chain the hands of the
resistant
Then…
Oh! Government!
Who is it for?
These magnificent factories,
roads, projects,
The monstrous land-splitting
materialistic development

Oh! Government!
The thousands of pages of world
history
You have occupied
Sometimes you are *Timur*,
sometimes *Babur*
To create an ethnic empire
Sometimes Hitler
The killers of millions of Jews
Sometimes you are China's
brutal Mao
Sometimes you are the dictator
Stalin of Russia
Sometimes you are *Manu* or
Mambaji
Oh! Government!
Sometimes you are General
Dyer, sometimes you are
Saddam
Sometimes you are Muammar
al-Gaddafi or Qasim Rizvi
Sometimes you are Kim Jong-un

तुमची फक्त नावं बदलतात
प्रत्येक काळात
प्रवृत्ती मात्र कायम असते

सरकार!
इसविसनाची हजारो पाने बदलली
तरी तुमची अप्रियता बदलली नाही
म्हणून तर मानवतेचा धर्म सांगणारे
पैगंबर, बुद्ध नि येशू तुम्हाला
अप्रिय असतात
बौद्धिक चिकित्सा करणारा
सॉक्रेटीस, तुकाराम अप्रिय असतो
तुम्हाला
सत्य आणि अहिंसेचा आग्रह धरणारा
गांधी, मंडेला तर नकोच असतो
सदाचाराचे विज्ञान सांगणारा
कोणताही तत्त्ववेत्ता तुम्हाला
नको असतो
तुम्हाला आचारभ्रष्टतेविषयी
बोलणाऱ्यांची भीती वाटते
तुम्हाला विचारवंतांची भीती वाटते
तुम्हाला प्रज्ञावंतांची भीती वाटते
तुम्हाला कवींची भीती वाटते
तुम्हाला लोकशाहीची भीती वाटते
पण सरकार! माणसं मारून
विचार संपवता येतात का?

सरकार!
हा कसा द्वेष भिनत गेला
तुमच्या रक्तात नि
तुम्ही वर्ग वंश जातीचे तुकडे
पाडत सुटलात
गरिबांना नागवलंत,
स्त्रियांना भोगलंत,
विस्थापितांना हुसकावलंत
तुमच्या छळ छावण्यांच्या कहाण्या
पिढीदर पिढी पसरत आहेत सर्वदूर

काय मिळवायचं असतं तुम्हाला?
कुठे कुठे हस्तक्षेप करायचा असतो?

सरकार!
तुमच्या शोषणाचा इतिहास
खूप प्राचीन आहे
ऐहिक प्रश्नांकडे पाठ फिरवून तुम्ही
सतत स्वैराचार करत राहिलात
मानवी मूल्यांना तुडवत राहिलात

तुम्ही कधी डावे असता
कधी उजवे असता
कधी भांडवलदार असता
कधी हुकूमशहा असता
कधी जमातवादी असता
कधी मूलतत्त्ववादी असता
कधी सम्राट असता
कधी सिकंदर असता
कधी सर, साहेब किंवा किंग असता
कधी धर्मांध असता
कधी जातियवादी असता
'मीपण' भरलेले असते
तुमच्यात ठासून
तुम्ही आस्तिक असता
तुम्ही नास्तिक असता
पण सरकार!
तुम्ही फक्त माणूस नसता

बघा माणूस होता आले तर..!
■
पी. विठ्ठल

Only your names change all
the time
The tendency remains the same

Oh! Government!
Thousands of pages of time
changed
However, detestation of you
has not changed
You detest the preachers of the
religion of humanity
You detest the intellectuals like
Socrates, Tukaram
You loathe sticklers for truth
and non-violence Gandhi,
Mandela
You don't want any philosopher
teaching science of morality
You fear those who talk about
immorality
You fear thinkers
You fear the wise
You fear poets
You fear democracy
But...
Oh! Government!
Can you slay thoughts by
slaying people?

Oh! Government!
How did this hatred seeped
into your blood?
You split society into class
lineage race
You stripped the poor, leeched
off the women for pleasure,
You evicted the displaced
Stories of your persecution
camps

Are spreading everywhere
generation after the generations

What do you want to achieve?
Is there a limit as where to
intervene?

Oh! Government!
The history of your exploitation
is very ancient
You kept on trampling on human
values

Sometimes you are left,
sometimes you are right
Sometimes a capitalist,
sometimes a dictator
Sometimes a communalist,
sometimes a fundamentalist
Sometimes an emperor,
sometimes Alexander
Sometimes a *SAHIB*, or a King
Sometimes the bigoted,
sometimes a racist
You are full of yourself
You are a believer, you are an
atheist
But...
Oh! Government! What you are
not is a human being.

If possible, try to be a human
being...!
◼
Original Marathi poem by :
P. Vitthal

Translated by : Maheshleelapandit

२ / अल्बम

शेणामातीनं सारवलेल्या भिंतीवरच्या
खुंट्याला टांगलेली
एक मोठी फोटोफ्रेम
कधीतरी बापानं
हौसेनं कॅमेरामनला बोलावून
अख्ख्या कुटुंबाचा चेहरा
'क्लिक' केलेला

पाच पंचवीस माणसांचे
अभावग्रस्त चेहरे
आई-बाप, चुलते-चुलत्या
आणि सगळे
चुलत चुलत वगैरे नातलग
मी आपला स्वतःला
सावरत भावाच्या
मांडीवर स्थिरावलेलो

खूप खूप वर्ष झाली फोटो अजूनही
भिंतीला चिकटून आहे
आले गेले कौतुकानं बघतात
छपरावरच्या निर्जीव पेंढ्या,
रांजणावरची शुभ्र ताटली
आणि गर्दीतला एकेक चेहरा...
ओळखीची कोणतीच चिन्हं
जाणवत नाहीत
आज साडेतीन दशकांनंतर ...

फाटक्या कपड्याचा आणि दुमुखलेल्या
चेहऱ्याचा मी
आज बऱ्यापैकी स्थिरावलोय
रंगीबेरंगी क्षण मी साठवून ठेवतोय
कॅमेरा, मोबाइलमध्ये
पण, मी तयार करत नाही कोणतीच
फोटोफ्रेम
भिंतीला खिळे ठोकणं माझ्या स्टेटसला
किंवा
घराच्या प्रशस्तपणाला बाधा आणणारं
असेल कदाचित

मी गुळगुळीत पारदर्शी कागदाखाली
दडवून ठेवतो माझ्या वर्तमान
आयुष्यातले
हसरे क्षण
'अल्बम' नावाच्या भरदार वस्तूत.

◼

पी. विठ्ठल

2 / Album

On the cow dung coated wall
A large photo frame is hanging on a peg
Once father
Fondly called the cameraman.
And had the face of the whole family 'clicked'
The destitute faces of twenty-twenty-five men
Mother-father, uncles-aunts and all
Cousins distant relatives
Minding myself I managed
To settle in my brother's lap

Many years have passed yet
The photo has been on the wall
People come, look, and admire
Inanimate straw on the roof. A white plate on the big earthen pot
And every single face in the crowd
Has no signs of recognition
Today, three and a half decades later ...
Once tattered clothed
Sad faced
Today, I am pretty much settled
I am capturing colorful moments
In a camera, mobile
But, I don't have any 'photo frames' made
Nailing the wall may damage my status or
My spaciously plush house
Maybe
I hide the happy moments
Of present life
Under a smooth transparent paper
In a pro-status item called an 'album'.

■

Original Marathi poem by :
P. Vitthal
Translated by : Maheshleelapandit

मीनाक्षी पाटील

१ / मुलीने सांगितलेली नवीन गोष्ट

रोज सांगते मुलीला गोष्टी

झोपताना भरवताना

डोळे करून लुकलुकते

तीपण पाहत राहते मनातल्या मनात

गोष्टीतल्या पात्रांना

कळत नाही तिला

कोल्हा कायम लबाडच का?

सुसर नेहमी दुष्टच का?

नावडती राणी चांगलीच का?

वैतागून एक दिवस म्हणाली मला

ममा, सांग नवी गोष्ट

एक होती राणी तिला होते दोन राजे

एक होता आवडता

एक होता नावडता

किंवा एक होती राणी तिला नव्हता राजा

किंवा एक होता राजा त्याला नव्हती राणी

नाही तर एक कर ना

बदलूनच टाक सगळ्या गोष्टी

सुरुवातीपासून शेवटापर्यंत!

■

मीनाक्षी पाटील
('इज इट इन युवर डीएनए' या कविता संग्रहातून)

Meenakshi Patil

1 / A new story by daughter

Every day I serve a story to my daughter
While feeding her and putting her to sleep
Blinking her eyes
She looks within her mind
the characters of the story
She wonders
Why is a fox always a liar ?
Why is a crocodile always wicked?
Why is the disliked queen always good?
Being annoyed one day she told me
Mama, tell me a new story
There was a queen, she had two kings
One was the favorite
The other was disliked
Or there was a queen she had no king
Or there was a king who had no queen
Or why don't you do one thing
Change all the stories
From beginning to end!

■

Original Marathi poem by : Meenakshi Patil
Translated by : Maheshleelapandit

२ / काळोख

पस्तीस

पायऱ्या

चढून

दचकले पाहून

छत्तिसावी पायरीच नाही!

कसे असे यावे अचानक संपलेपण?

पुढे दूरवर- दूरपर्यंत काळाकभिन्न काळोख

हळूहळू चौतिसावी पायरीदेखील धूसर होतेय

मागचा काळोख

पुढचा काळोख

सर्वत्र काळोखाचा प्रचंड आवर्त

अन् या आवर्तात गोठलेली मी

■

मीनाक्षी पाटील
(कविता इज इट इन युवर डीएनए या कविता संग्रहातून)

2 / Darkness

Thirty-five
stairs
I climb up
I'm startled to see
There's no thirty-sixth step!
How come this sudden feeling of the end enshrouds me?
There's infinite profound pitch darkness
The thirty-fourth step also fades
The darkness behind
The darkness in the front
There's prodigious recurring darkness everywhere
And I am frozen in the dark void cycle
■

Original Marathi poem by : Meenakshi Patil
Translated by : Maheshleelapandit

३ / कष्टाचा खारा वास

संध्याकाळी साडेपाच वाजता
'अ'पासून 'ज्ञ'पर्यंत सगळे
धावत सुटतात जिवाच्या आकांताने
खचाखच कोंबले जातात बस ट्रेनमध्ये
पुस्तकं-पेपरांमध्ये उपनगरांमध्ये
उपनगरातल्या गल्ल्यांमध्ये गल्ल्यांमधल्या खुराड्यांमध्ये
कपाटात कोंबावीत असंख्य कपड्यांची लक्तरं
तशी ही माणसं कोंबली जातात
अन् कपाट उघडताच बदाबदा पडणाऱ्या लक्तरांसारखी
सकाळी सकाळी या शहराच्या अंगावर पडतात
ट्रेनमध्ये गुदमरलेले हे लोंढे
फुटलेल्या उंबरात वळवळणाऱ्या किड्यांसारखे
सजवतात स्वतःला रंगरंगोटी करून
अन् पुसू पाहतात फसाफसा स्प्रे व पावडरनी
या शहराच्या वाऱ्याला लागलेला ओशट दमट कष्टाचा खारा वास
∎

मीनाक्षी पाटील

(कविता 'इज इट इन युवर डीएनए' या कविता संग्रहातून)

3 / The salty smell of hard work

At half-past five in the evening
Everyone from 'A' to 'Z'
Runs in a mad rush
They cram themselves onto crowded buses and trains
In the books and papers in the suburbs
In the alleys of the suburbs in the pigeonholes of the alleys
Like the countless tattered clothes in the closet
These people are rammed
And as the door is opened the way the countless tatters surge
Early morning these people fall on this city's face
The lots suffocated on the train
Are like infestation with insects in a broken *UMBAR*[*]
They beautify themselves pouring colours and concealers
Gushing sprays and powders
They seem to get rid of the filthy humid the salty smell of hard work
in the city air

■

Original Marathi poem by : Meenakshi Patil

Translated by : Maheshleelapandit

**UMBAR – Cluster fig has cultural and religious significance in Maharashtra. Its scientific name is Ficus racemosa. It is a species of plant in the family Moraceae. Commonly known as the cluster fig tree, Indian fig tree or GOOLAR fig.*

४ / ओळख

काल ओळखलंच नाही
खूप दिवस भेटच झाली नाही
आवाजदेखील वेगळा वाटला
नजरदेखील अनोळखी!
श्वासोच्छ्वास जाणवतच नव्हता
हालचाल फारच सुस्तावलेली
हातात घेतला हात तर तोही थंड जडावलेला!

... ...

खूप खूप वर्षांनी
स्वतःशीच भेट झाली

■

मीनाक्षी पाटील
(कविता 'इज इट इन युवर डीएनए' या कविता संग्रहातून)

4 / Identity

I couldn't recognize, yesterday
It's been a long time no see
The voice also felt different
The gaze and the eyes too!
Couldn't feel the breathe
The movements were too lethargic
That hand in my hand felt heavy and cold!
After many years
I met myself !

■

Original Marathi poem by : Meenakshi Patil
Translated by : Maheshleelapandit

५ / सुंदर पायांसाठी

टीप-१ : रात्री झोपण्यापूर्वी ग्लिसरीन व गुलाबपाण्याचं मिश्रण
पायाला लावल्यास पायांना आराम मिळतो
दिवसभरच्या रामरगाड्यात
स्वतःचा चेहराच पाहिलेला नसतो आरशात
तर पाय कुठे पाहणार?
आणि खरं तर पायांपेक्षा
हवा असतो आराम मनाला
मनाला लावता येईल का ग्लिसरीन?
टीप-२ : पायावरची मृत त्वचा काढण्यासाठी एक्सफोलिएशन
आणि स्क्रबिंग या दोन गोष्टी आवश्यक आहेत
फक्त पायावरचीच त्वचा होते का मृत?
मग मनाच्या मृतपापुद्र्यासाठी कुठे करावं
एक्सफोलिएशन व स्क्रबिंग?

■

मीनाक्षी पाटील
(कविता 'इज इट इन युवर डीएनए' या कविता संग्रहातून)

5 / For beautiful feet

Tip-1: Before going to bed at night
Applying a mixture of glycerin and rose water to the feet gives relief
Throughout the tiresome day
I don't get to see my face in the mirror
Leave the feet aside.
In fact more than feet
The mind needs the relief
Is there any glycerin for the mind?
Tip-2: To remove dead skin on the feet,
Exfoliation and scrubbing are essential two things
Does only the skin on the feet die?
Then how to remove the dead skin of the mind?
Where do we exfoliate and scrub?

■

Original Marathi poem by : Meenakshi Patil
Translated by : Maheshleelapandit

प्रतिभा सराफ

१ / नकोश्या गोष्टी

शेतकऱ्यांचे जगणे कळणे इतके सोपे नाही,
आम्हा शहरातील माणसांना!

वातानुकूलित मॉलमधून येतो भाजीपाला,
गाडीतून फ्रिजपर्यंत.
तेव्हा त्यावर मातीचा अंशही नसतो.

तसंही चकचकीत, गुळगुळीत लादीवरून चालणारे आम्ही,
नसतेच आम्हाला काही मातीशी घेणे-देणे!
पाऊस पडो वा ना पडो,
आमचे शॉवर अखंड चालूच असतात.
अन्नधान्य महाग झाले तरी खाण्यापेक्षा जास्त वाया घालवणे चालूच असते.

फक्त...
शेतकरी जेव्हा लटकतो निष्पर्ण झाडावर दुष्काळग्रस्त होऊन वा पाण्यात बुडतो;
तेव्हा ती बातमी आम्ही पाहतो सोफ्यावर रेलून!
पण... परत परत तीच बातमी दिसू लागते सर्व चॅनेल्सवर,
फेसबूक, ट्विटर, व्हॉट्सअॅपवर नि वर्तमानपत्रातही,
तेव्हा मात्र चिडून आम्ही म्हणतो-
किती व्हायरल होतात नकोश्या गोष्टी!
इतकाच काय तो संबध असतो आमचा शेतकऱ्यांशी!

■

प्रतिभा सराफ

Pratibha Saraph

1 / Unwanted Things

It is not easy to understand
the life of the farmers
for us city dwellers

Our vegetables and fruits come
from the AC malls
Travel from the car to the fridge without a spec of earth on it

We who walk on shiny, smooth floors
We as such have nothing to do with Mother Earth
With or without the rainfall
Our showers run forever
Even if the food prices increase
Don't we continue wasting it?

Only when the farmer hangs on a leafless tree
Struck by famine or drowns himself
We watch this news lazing on our sofas
But... when the news is repeated on all news channels
On Facebook, Twitter, WhatsApp
And even the newspapers
Then we get upset
And say 'unwanted things' get viral these days
That's the only relation we have with farmers
∎

Original Marathi poem by : Pratibha Saraph
Translated by : Aparna Vishwasrao

२ / घराजवळ राहते आई...

घराजवळ राहते आई...
संध्याकाळी रेंगाळत असते.
तुळशी वृंदावनापाशी
कोणी हटकलं तर म्हणते,
'काहीतरी शोधतेय'
आणि 'काय शोधते?'
विचारलं तर
ऐकू न आल्यासारखं दाखवते.
घराजवळच राहते आई...
म्हणून विचार करते आई
हाकेच्या अंतरावर असलेल्या मुलीशी
कशाला फोनवर बोलावं?
पण तेच हाकेचे अंतर मुलीसाठी
महिन्या दोन महिन्यात
पार न होणारे असते.

घराजवळ राहते आई...
कधीही भेटता येईल वाटतं मुलीला
आणि कधी भेटता येईल?
असं वाटत राहतं आईला.
घराजवळच राहते आई...
मुलगी तिच्या संसारात... मग्न
आई तिच्या अंगणात... सुन्न
∎

प्रतिभा सराफ

2 / Mother Stays Near By...

Mother stays near by
In the evening she loiters
Near the *Tulsi* Plant in the courtyard
If anyone asks her –
'What are you doing?'
She says that she is searching something
And if someone asks- 'What is it?'
She pretends as if
she hasn't heard anything
Mother stays near by
And hence she thinks Why should
I give a ring to my Daughter,
who is just a shout away?
But the Daughter cannot cover the distance that is just a shout away
For a month or two

Mother stays near by
The Daughter thinks I can meet my Mother whenever I want
And
'When will I meet my Daughter?'
is the Mother's thought
Mother stays near by
Daughter is immersed in her own world and busy
Mother in her courtyard –
blank and still

■

Original Marathi poem by : Pratibha Saraph
Translated by : Aparna Vishwasrao

३ / खिडक्या आणि पडदे

मुलीने सांगितले,
'खिडकी उघडायची नाही घराची...
जराही सरकवायचे नाहीत पडदे.'

तळमजल्यावरचे घर विकून...
टोलेगंज इमारतीत घेतले हे घर
क्षमतेपेक्षा मोठी झेप घेऊन...

केवळ स्वच्छ सूर्यप्रकाश आणि
खूप नैसर्गिक हवा घरात खेळावी
म्हणून....
आता मात्र
दिवसासुद्धा घरात विजेचे दिवे
आणि एअरकंडीशन!

पापण्यांचे पडदे उघडताच...
उघडतात अनेक खिडक्या
एकामागून एक लॅपटॉपच्या...
मग चालत राहतो तिचा आभासी
जगताशी संवाद
अशावेळेस,
मी मात्र टाळते वास्तवातील वाद-
संवाद!

किती सहजपणे तोडून टाकले तिने संबंध
निसर्गाशी आणि
खिडकीबाहेरच्या माणसांशीसुद्धा!

मी मात्र गुदमरत राहते...
सहन करत राहते...
कारण
माझ्या मुलीमध्ये माझेच रक्त वाहत असते
आणि
माझेच संस्कार तिच्यावर असतात ना!
नाळ तुटल्यावर तसेही शारीरिक संबंध
दुरावलेच होते.
आता
अप्रत्यक्ष भावनिक खिडक्या
आणि
मनाचे पडदे आम्हा दोघींमधे...
कोणालाही न दिसणारे...
न जाणवणारे!

■

प्रतिभा सराफ

3 / Windows and Curtains

My daughter told me
'Do not open the windows
Don't draw the curtains even an
inch.'

Sold our house on the ground
floor
and bought this sparkling flat
in a tall building
Took a leap beyond our means
For clear sunlight
and lot of natural air to come
in the house
But now…
Even during the day
Electric lamps and AC are on
in the same house
When the curtains of the eyelids
open
along with them many windows
open, one of them is that of the
laptop
Then she communicates with
The virtual world
But
at this time,
I avoid the real communication
The real dialogue
How easily she has severed
ties with Nature
And
with the people beyond the
'windows'

I get suffocated
And
I bear silently
as she is my daughter
she has my blood in her veins
and haven't I nurtured her?
With the umbilical cord gone
there was as such a physical
distance
today between us
There are virtual emotional
windows
and curtains on the mind
which no one can see or feel...
∎

Original Marathi poem by :
Pratibha Saraph

Translated by : Aparna Vishwasrao

४ / मधल्या जागेत

आत्ता एक कविता लिहिली मी
आणि आठवले-
कविता लिहिली की तू विचारायचास-
या शब्दाचा अर्थ काय?
या ओळीचा अर्थ काय?
या कडव्याचा अर्थ काय?
या कवितेचा अर्थ काय?
मी फक्त हसायचे.
मग तू सुचवायचास...
कवितेच्या आधी प्रस्तावना देत जा...
कवितेच्या खाली कठीण शब्दांचे
अर्थ लिहित जा
संदर्भांसहित स्पष्टीकरण देत जा
माझ्यासारख्या सर्वसामान्य बुद्धिमत्तेच्या
माणसाला तुझी कविता कळत नाही!

पण
तुला खरं सांगू...?
दोन शब्दांच्या मधल्या जागेत
सामावलेली असते कविता;
जी तुला कळली नाही
आणि
मला समजावून सांगताही आली नाही!

■

प्रतिभा सराफ

4 / Spaces in Between...

I wrote a poem just now
and then I remembered...
after I wrote a poem you used to ask me
What is the meaning of this word?
What is the meaning of this line?
What is the meaning of this paragraph?
What is the meaning of this poem?
I used to only laugh
Then you used to suggest-
Write an introduction to the poem
Write the meaning of difficult words
below the poem
Explain the context of the poem
A person with ordinary intelligence like me doesn't
understand your poems

But
A poem is hidden in the spaces between two words
You couldn't understand that
and
I couldn't explain it to you!
■

Original Marathi poem by : Pratibha Saraph
Translated by : Aparna Vishwasrao

५ / वेदना

मध्यरात्री किंचाळून
ओरडण्याच्या आवाजाने
मी दचकून जागी होते.
मग परत वेगवेगळे आवाज.
थोड्यावेळाने खूप माणसे
एकत्रित रडण्याचे आवाज.
मी बिछान्यावर उठून बसते.
कोणत्यातरी माणसाचा श्वास
या क्षणी थांबला आहे,
हे मला आतून जाणवते.
माझे शरीर ताठर होते.
श्वासाची गती वाढते.
नाकापुढे बोट धरून
उगाचच खात्री करते,
माझ्या जिवंतपणाची!
मी उठून उभी राहते
मी घरभर फिरून
कानोसा घेते.
घरातील सर्व माणसांना
दुरून-जवळून न्याहाळते...

जिवंत असल्याची खात्री करून घेते.
उजाडल्यावर कळणारच
आज कोण गेलंय ते...
तरी सोसायटीतल्या सगळ्या
माणसांचे चेहरे
डोळ्यासमोर आणते.
तोपर्यंत आपल्याच घरात घडलेल्या
अशा प्रसंगाची आठवण तरळतेच,
मनाविरुद्ध!
झोप पूर्ण उडून गेलेली असते
तरी अंग टाकते बिछान्यावर...

माणूस जाणं ही केवळ एक घटना नसते
तर...
आयुष्यभर सलणारी वेदना असते...
कोणत्याही माणसाच्या जाण्याने परत
परत ठसठसणारी!

■

प्रतिभा सराफ

5 / Pain

At midnight hearing the shrieks
I get up startled
Again a lot of noise
After sometime a lot of people
crying together
I get up from my bed
I know that at this moment
someone has stopped breathing
I can feel it from inside
My body becomes stiff
I breathe fast and heavily
I keep my finger in front of my
nostril
just to get an assurance that
I am alive!
I get up from my bed
Go around the whole house
Just trying to hear the sounds
I observe all the family
members keenly
We will as such get to know
who has passed away

At day break
still I bring in front of me
the faces of all members in my
apartment block
By then much against my
wishes
I remember such incidents that
have happened in my house
Though I have lost all sleep
I lie down on my bed

A person passing away
is not just an incident …
But a pain that torments you
for a lifetime…
Anyone passing away
just revives that pain!

■

Original Marathi poem by :
Pratibha Saraph
Translated by : Aparna Vishwasrao

१ / स्टुल

ज्या लाकडी स्टुलावर बसून आजवर कविता लिहीत आलो
त्याचेच आज पावके निघालेत

बाबा म्हणाले : तुझ्या जन्मानंतर विकत घेतलेलं
ह्याचा अर्थ स्टुल व मी समकालीन

सुताराला बोलावून पुन्हा रिपेअर करून घ्यावं की
हल्ली बाजारातून नव्याने आलेलं मोल्डेड फर्निचर विकत घ्यावं
की तोडून चुलाण्यात टाकावं
अशाच काही फालतु विचारात दिवस निघून गेलेले
हल्ली कवितेतही पहिल्यासारखी धार येत नाही
लिहिणं-वाचणं बंद करावं
व अंधाराच्या आलममध्ये लोळत पडावं
अशाही विचारात काही दिवस निघून गेलेले

स्टुल पुन्हा उभं राहू शकणार नव्हतं
पावक्यांच्या आधाराशिवाय
व मीही जगू शकणार नव्हतो
माणस-शब्दांशिवाय
हे समजताच
हातोडा व खिळे घेऊन
मला जमेल तसं
एकेक पावके जोडू लागलोय

■

वर्जेश सोलंकी

Varjesh Solanki

1 / The Stool

The legs have come loose
of the wooden stool
sitting on which I wrote poems
till today

Dad said: This was bought after you were born
That means that the stool and I are contemporaries

Whether to take the stool to the carpenter again for repairs
or to break it and throw in the fireplace
or to buy a new moulded model from the market
in such futile thoughts several days passed away
These days the sharpness that was earlier is no more visible in the
poems
To forgo reading and writing
and shut down the doors and windows of the house
and slouch in the terrain of the darkness
remained the only thought for a number of days

It was impossible for the stool to stand straight
without the support of the props
I too could not survive
without words..... without men...
Realising this
I picked up hammer and nails
and started fixing a loose leg after another
in whatever way I could
∎

Original Marathi poem by : Varjesh Solanki
Translated by : DIileep Jhaveri

२ / जफर आणि मी

जफरच्या घरी
रमझानचं सरबत प्यालो
व त्याच्या निकाहला बिरयानी

त्याची आई माझ्याच आईसारखी
घरासाठी खपताना चेहऱ्यावरचे
छिलके निघालेली
त्याच्या घराच्या भिंती
माझ्याच घराच्या भिंताडासारख्या
कुठे कुठे पोपडे निघालेल्या
त्याचे बाबा सांगताना अजून
हळहळतात
फाळणीच्या दिवसाबद्दल बोलताना

त्याच्या भाजीतलं मीठ
माझ्याच घरातल्या डब्यातल्या
मीठासारखं
त्याच्या आमटीतलं पाणी
एकाच जमिनीतून वर आलेलं
माझ्या तुळशीवर पडलेला सूर्यप्रकाश
त्याच्या मशिदीतल्या नीमच्या
सळसळीतून मावळलेला

तोही कितीदा देहू व तिरुपतीला
जाऊन आलेला
व मीही कितीतरी वेळा बायकोबरोबर
खजूर व चादर ओढून आलेलो
पीराच्या दर्ग्यावर

त्याला मला समकालीन वाटत आलेला
गालीब व तुकाराम
आपल्याच जगण्यातलं वाटत राहिलेलं
मंटो व भाऊ पाध्येंच्या कथेतलं विश्व

दारूच्या नशेतही वंटास बोललो नाही
कधी
एकमेकांच्या धर्माबद्दल अपशब्द
कितीतरी दिवस आतड्यातल्या
अल्सरसारखी
छळत राहिलेली मला त्याच्या आईला
कॅन्सर झाल्याची बातमी.

आम्ही अफवा नव्हतो
संप्रदायाची लेबलं नव्हतो
होतो फक्त दालचावलची सोय
लावण्यासाठी
चालवलेली तंगडतोड
व एक वेळची झोप मिळविण्यासाठी
चालवलेला दिवसभरातला आकांत

काय माहीत मात्र
काही दिवसांपासून गल्ली मोहल्ल्यातून
फिरवतंय कोणी
जफर व माझ्यातल्या वेगळेपणाची पत्रकं
∎

वर्जेश सोलंकी

2 / Jafar and Me

Drank *sharbat* of *Ramjan* at
Jafar's home
Ate *Shahi Biryani* at his
marriage.

His mother is just like my
mother-
of splintered face
while working hard for the
home.
The walls of his home
are just like the walls of my
home-
of the detached crust.
His father regrets just like my
father
while talking about the days of
Partition.

The salt dried in his home
is just like the salt in the box at
my home.
The water in his curry
has also streamed out of the
same land:
the sunlight on my holy basil
plant,
the sun set in the rustling of the
neem tree\in the precincts of his
mosque.
He has visited *Tirupati* once or
twice
And has also visited *Dehu*.
I have also offered date fruits
and the *chadar*
along with my wife at the *Pir's*
Dargah.

We consider *Ghalib* and
Tukaram
as our contemporaries.
We always related ourselves.
with the world of stories
of *Manto* and *Bhau Padhye*
as if it was our life.
Even under the influence of
alcohol,
never used a filthy word,
never abused each other's
communities.

For many days
the news of his mother
diagnosed with cancer
troubled me like an ulcer in the
intestines.

We were not the rumours
we were not the lables of the
cults
we were the living struggle to
meet the ends.
we were the commotion for the
whole day
for peaceful sleep at lease once.
Don't know
but recently
someone is distributing the
leaftlets\
of difference between *Jafar*
and me
in our lanes and *mohallas*
∎

Original Marathi poem by :
Varjesh Solanki
Translated by : Dileep Chavan

३ / दहशत

तुम्ही घाबरून बंद केलेला असेल घराचा दरवाजा
बाहेर फाटलेली असेल दहशतीने शहराची त्वचा
शहर लोंबकळत असेल विजेच्या तारांवर कावळा होऊन
तुमच्या दिशेनं भरधाव येत असेल एखादं जळकं टायर
तुम्ही घेतलेली असेल दखल
किंकाळ्या कानाच्या पडद्यावर न येऊन धडकण्याची

तुम्ही खूपच भ्यालेला असाल
किंवा भित्रेपणाची तुम्हाला एरवी सवय झालेली असेल
तुम्ही गर्दीतून रस्ता काढत असाल
एखादं चिरडलं गेलेलं आंदोलन तुमची वाट पाहत असेल
एखादं विस्कटलेलं कुटुंब तुमच्या मदतीची वाट पाहत असेल
तुम्ही खूप समजूतदार मनमिळावू ज्ञानी व विचारवंत नागरिक असता
तुम्ही गाठलेलं असतं संवेदनशीलतेचं अंतिम टोक
घरात सारख्यासारख्या फरशीवर येणाऱ्या धुळीसारखी
झटकता तुम्ही सामाजिक जाणीव
सकाळच्या चहासारखी उबदार वाटायला लागते तुम्हाला हिंसा
उशीरा आलेल्या बससारखं
ताटकळून ठेवलेलं असतं तुम्ही
तुमच्या आतलं क्रौर्य
■

वर्जेश सोलंकी

3 / Routinized Terror

Frightened you might have closed the doors of your HOUSE
Terror has your city's skin torn, outside your HOUSE
Most probably, your city must be hanging like a crow on the pylon
Some tire set on fire might be making its way towards you, swiftly
You have ensured no scream kisses you eardrum

You are shit-scared or
May be you are acclimatized to it
You pave your way through the throng
Some sabotaged movement must be waiting for you
Some ruined -scattered family might be waiting for your helping hand
Your are an extremely considerate
Loving –caring scholarly and philosopher citizen
You have achieved the extreme end of sensitivity
You dust your social responsibilities off
As you mechanically dust the dust off
Accumulating on your house floor over and over again
You find violence as warm as morning tea

Like a red signal at a junction
You make cruelty wait
Inside you

■

Original Marathi poem by : Varjesh Solanki
Translated by : Mahesh Leela Pandit

४ / चेचेन्यात
जन्मलो असतो तर

चेचेन्यात जन्मलो असतो तर
मारला गेलोसतो
रशियन सैनिकांकडून

व्हिएतनाममध्ये
चुकवता आला नसता
अमेरिकन विमानांचा ससेमिरा

युगांडात
कुठल्यातरी भयाण साथीच्या रोगाला
पडल्यासतो बळी

पाकिस्तानमध्ये
कापला गेलो असतो शिया-सुन्नींच्या
वाढत्या दंगलीत

जर्मनीमध्ये ज्यू म्हणून
आफ्रिकेत नागवला गेलोसतो
वर्णद्वेषाच्या मुस्कटदाबीत

कंदहारमध्ये धडावेगळा झालो असतो
फतव्या विरोधात सिनेमा पाहिला
व मोठ्यांदा हसलो म्हणून

कोलोंबोत किंवा हमासमध्ये
सतत वावरत राहिल्या असतो गर्दींच्या
ठिकाणी
मानवी बाँबच्या भीतीनं
साउदीत
तोडून घेतले असते हातपाय
चुकून बाईला धक्का लागला म्हणून

कुठेंकुठे
मारलातुडवलाकापलानिउडवला गेलो
असतो
भारतात काय किंवा इतर ठिकाणी काय?
■
वर्जेश सोलंकी

4 / If I Were born in Chechnya

If I were in Chechnya
I would have been killed
by the Russian soldiers.
In Vietnam
it would have been impossible
to evade the close pursuit of American planes.
In Uganda
it would have been the victim
of some unknown terribly contagious disease.
In Pakistan I would have been chopped up
in the growing riots between the Shias and the Sunnis.
In Germany
as a Jew,
in Africa
I would have been plundered
in the racial hatred.
in Kandahar
my head would have been chopped off
for watching the moving against fatwa,
For laughing loudly.
In Colombo or Gaza
I would have always moved about
in crowded place
due to fear of human bomb
In Saudi
I would have invited the punishment
of cutting off hand and legs
for unknowingly dashing against a woman
In one or the other country
I would have been
killed-thrashed-hacked-or-blown away
Be it India or any other place.

■

Original Marathi poem by : Varjesh Solanki
Translated by : Dileep Chavan

५ / आतून न लागणाऱ्या
सार्वजनिक शौचालयाच्या कडीची

आतून न लागणाऱ्या शौचालयाच्या कडीची
आपण कोठेच तक्रार करू शकत नाही
उलट तिच्या करवादण्यात
अनुभवतो अरेरावी

आर्टगॅलरीतल्या वॉलवर
खिळवलेली न समजू येणारी कोलाज चित्रे
दिसून येतात
शौचालयाच्या खरवडलेल्या भिंताडावर

कोठलातरी अध्यादेश वठवून किंवा नामंजूर करण्यासाठी
स्थानिक कार्यकर्त्यांनी उघडावी सह्यांची जंगी मोहीम
टाईल्सवर दिसून येतात पानतंबाखूमशेरीच्या आडव्यातिडव्या पिचकाऱ्या.

गालिबचा दर्जेदार शेर
येतो मध्येच वाचनात
अस्सल बम्बया हिंदीत
मारून मुटकून केलेल्या धर्मांतरासारखा

बाहेर येरझारा किंवा गोंधळ सुरू झाला की
समजून घ्याव्यात मधल्यांं
आपण एक्झिट व्हायची वाजू लागलीय घंटा

■

वर्जेश सोलंकी

5 / About the bolt on the door of public lavatory which doesn`t work from inside

About the bolt on the door of public lavatory
Which doesn`t work from inside,
You cannot complain anywhere
Instead what one experiences
Is intimidation in its noises.

One sees
An incomprehensible collage
Hanging from the wall of an art gallery
In the engraving on
The walls of lavatory

As if it were a signature campaign
Started by the local activists in order to obtain
Or reject some official regulation.
One sees the zigzag spew paintings
Of paan or tobacco spray on the tiles

One sees all of a sudden
An excellent couplet of Ghalib
In true bambaiya Hindi
As if by forced religious conversion.

When people start stirring or there is flurry outside
Then you should understand
That this is the bell tolling for your exit.

■

Original Marathi poem by : Varjesh Solanki
Translated by : Sachin Ketkar

१ / घोडा

आता..
लवकरच उगवेल तो दिवस
जेव्हा
अंतराळातून धावत येईल
तगडक तगडक एक घोडा..
ज्याला असतील पंख..अर्धवट जळालेले.
तो..
मारील बाता.. उपग्रहालाच आग
लागल्याच्या..
नि..आग विझवण्यासाठी
इथल्या मातीचा उपयोग छान होईल..
असंही घोडाच सांगेल कदाचित..
माणसं..
फसुन करतील मग सौदा मातीचा..
घोडा घेईल चढ्या भावाने विकत..
नि खुश होऊन
घडवून आणेल माणसांना मग
अंतराळ सफर..
सांगत राहतील माणसंही मग पुढच्या
पिढीपर्यंत
आपल्या अंतराळ सफरी बद्दलच..

घोडा..
मातीतून गाळेल सोने..
आणि उरलेली राख ही विकेल पॉलिश
करून..
माणसंही घेतील विकत राख..
कारण
त्यांच्या मेंदूचा ही तोवर होऊन जाईल
एक चायना बाजार..
काळ वळवळत निघून जाईल..
तुमचा नातू मात्र..
अंतराळातून धावत येणाऱ्या घोड्याची
वाट बघत..
तेव्हा..
नक्कीच उपाशी झोपला असेल..

■

रमजान मुल्ला

Ramjan Mulla

1 / Horse

Now ..
That day will soon come
When
Will run through space
A horse in a hurry ..
Who will have wings..partly burnt.
So ..
He will chat .. the satellite caught fire ..
And..to put out the fire
The soil here will be of great use
Perhaps the horse will be say.
People..
They will cheat, then the deal will be soil..
The horse will be bought by with high price..
And become more happy
Then it will bring people to life
Space travel
People will keep telling then to the next generation
Just about our space travel ..
Horse
Will sell the polished left ash..
People will buy and keep ashes.
Because,
Their brains will become a China market.
Time will pass twisting..
Your grandson, however
Waiting for a horse to run through space ..
Then ..
Of course he must have slept hungry.

■

Original Marathi poem by : Ramjan Mulla
Translated by : Arun Kapase

२ / भयंकराच्या दारातले उजेडायन

हा काफीला कुठे चाललाय?
परंपरागत कुठल्या अनाम गर्तेतून,
कोणती सावली शोधत निघालाय
उन्हातान्हातून?
आणि...
कुठे पोहोचायचे आहे ते माहीत नसावे पक्के
त्यांना...
पायाला चाके बांधून
किती काळ धावतील काय माहीत?
कोणीतरी प्रेषित येईल ही वेडी आशा...
धर्माच्या पानापानावर वाळवीच्या
निशाण्या...
असंख्य किड्यांनी वळवळत राहावे
गटारीतून,
आणि शोधावेत माणसाने संदर्भ त्यातून...
हे कोणते उजेडायन भयंकराच्या दारातले?

हा कोणता सूर्य उगवतो आहे.. जुनेच
क्षितीज फाडून नव्याने...
खेचून कुठे नेताहेत हे लोक त्यांच्या
निरपराध मादीला...
आणि ती इतकी उघडी कशी?
लाज कोळून प्यायली की काय
उजेड घेऊन येणाऱ्या साऱ्यांनीच?

हे कोण लोक आहेत जे एका
सद्गृहस्थाला फाशी देताहेत..?
आणि फाशी देण्यासाठी...
त्याचीच आतडी कशी गुंडाळली आहेत
त्याच्याच गळ्यात?

अशा अस्थिर वेळी...
हाताची बोटे छाटली गेलेले कवी...
आणि पुरस्कारांच्या ओझ्याने
वाकलेलेही...
मृत्युगीतासारखे हे काय पुटपुटत आहेत
ओठातल्या ओठात..?
हळूहळू त्यांच्या लेखनावरही अत्याचार
होतोय.
हे कळले कसे नाही त्यांना?
∎

रमजान मुल्ला

2 / The dawn at the door of the terrible

Where did this crowd go?
From a traditional unknown pit,
Which shadow finding in a hot sunshine?
And ...
they don't know where to reach concrete ...
By tying the wheels to the feet.

Do you know how long they will run?
The crazy hope that someone will come to the apostle ...

On the pages of religion, marked by termites,
The more warms wiggles through the gutters,
And to look for by men to references ...
What kind of this light is?
What kind of sun is rising ... tearing the old horizon anew ...
Where are these people dragging their innocent female ...
And how is she so open?

Shame on you
All those who bring light ?

Who are these people who are hangin a gentleman..?
And to hang ...
How his intestines are wrapped
In his own neck?

At such a unstudy time ...
Poets with their fingers cut off ...
And bent on the burden of rewards ...

What are these murmurs whispering in the lips like a death song?
Gradually his writing is being persecuted.
How did they not know this?

∎

Original Marathi poem by : Ramjan Mulla
Translated by : Arun Kapase

३ / भाकरी

झाला प्रकार अत्यंत निंदनीय
लोकांनाही उत्सुकता आहे न्यूज बघायची
आणि आम्हाला काळजी आहे टीआरपीची
आपण मोठे विचारवंत आहात
तेंव्हा...
तुम्ही असं करा..
मान डोलवत फक्त हो ला होच म्हणा
आम्ही आपली प्रतिमा उंचावू
ते समोरचे खूप ओरडतील.. उखडतील..
निषेध करतील..
प्रसंगी हाणामारीच करायची ठेवतील बाकी.
तरीही आपण संयमी राहा.
आम्ही निवळूच ही परिस्थिती सफाईदारपणे...
आणि हो...
हा खाकी लखोटा राहुद्या तुमच्याजवळ.
अं हं.. आपली किंमत नव्हे ही...
भाकरीला हातभार समजा हवंतर!
विचारांनी थोडंच पोट भरतं...
येत चला असेच अधूनमधून
समाजाच्या सेवेत आम्ही उभे आहोत सजूनधजून.

■

रमजान मुल्ला

3 / Bread

The type that happened was highly reprehensible
People are also curious to see the news
And we're worried about TRP
You are a great thinker
Then ...
You do that
Just shake your head and say yes
We will elevate your image
They will shout loudly in front of them.
Will protest ...
Occasionally there will be fights.
Still, be patient.
As soon as we clear this situation ...
And yes
This *khaki* envolpe still you have.
Um, that is not your value,
Think of it support to you to bread.
Don't fill the stomach by thoughts!
Occasionally you always to come...
to service for the community...
We always stand for your welcome...

■

Original Marathi poem by : Ramjan Mulla
Translated by : Arun Kapase

४ / फातिमा...

फातीमाचे मुक्त आहे जगण्यातले सौंदर्यशास्त्र...
फारोव्व्या दातामुळे.. आणि हिडीस हास्यामुळे...
तिच्या गालावर थापड द्यायला
धजत नाही कोणाचाही जीव...
लोक म्हणतात...
तिने स्वतःचे साळिंदर करून घेतलेय...

याशिवाय...
ती बोलते फार कुजकट...
टांगते पुरुषी अहंकाराला शिंक्यावर...
प्रसंगी बडडते एखादा पिंडका सुजेपर्यंत...
नाही जात कोणीच फातीमाच्या वाटेला...
ती म्हणजे एक दरारा आहे मोहल्ल्याला...

पण...
ती...
न चुकता रोज दुआ करते अल्लाहकडे...
हात, पाय, जीभ अजून धारधार करण्याची...

अखेर...
नवरा गेल्यानंतर...
याच शस्त्रांनी तिला वाचवले आहे आजवर...

■

रमजान मुल्ला

4 / Fatima...

Fatima has an extremely living life.
As gnash teeth and hideous behaviour,
Nobody's has to dare to slap her.

People say
"she herself become thrones animal like *Salindar* (Porcupine),"
Besides,
she talks Very eloquently,
She hanged male egoness on the height,
At times, she beated a drinked person as swelled,
No one is going to Fatima's way,
She is a dominated lady for the *'Mohalla'*

But
she always prayes daily to Allah,
Hands,legs,tongue more be sharpened.
Finally after her husband leaves,
These weapons protected by her.

■

Original Marathi poem by : Ramjan Mulla
Translated by : Arun Kapase

५ / युद्ध

एक ठिणगी होवून वावरत असतो तो
सर्वत्र.
यंत्रणेच्या मुळाशी असतो त्याचाच
विचार,
मुरवून घेतलंय त्यानं रक्तात
डावं उजवं, पुरोगामी प्रतिगामी वगैरे
वगैरे…

असतो नेहमीच फाटक्या लोकांचा
राबता त्याच्या घरी
चिडवतात त्याला शेजारी…
धडपड्या चळवळ्या म्हणून…
कुठेही खुट्ट वाजले की आधी त्यालाच
ऐकू येते कुणकुण…

हल्ली झोपेतून उठतो बरळत
कुणीतरी गळा दाबतंय म्हणतो…
कुणा अज्ञात काळपुरुषाने रोखलंय
पिस्तुल
त्याच्या कनफटीवर…

हा कुठल्या युगाचा ओरडतोय
दहशतीचा कावळा
चळवळीच्या चालत्या पायात असा
कोण ठोकते खिळा?

काल तर
मी त्याला चक्क गुळमुळीत भाषण देताना
पाहिलं…
पाप करणाराला देव शिक्षा देईल.. तो
नरकात जाईल असं तो ठासून म्हणाला.
बापरे…
म्हणजे…
त्याच्या मुक्त श्वासावरदेखील कोणीतरी
केलाय हल्ला?
की…
लपेटून घेतलं असावं त्यानं स्वतःभोवती
भीतीच्या सुसाट सुझतेचं कवच…
अन् त्यामुळेच चळवळी सारखाच
वाकला असेल का कमरेत तो ही?
कुठे शरणागत झाली त्याच्यातली ती
ठिणगी…

मला फक्त इतकंच वाटतं…
युद्धाचा बिगुल वाजण्याआधी…
लेखणीने
त्यांच्यातला बुद्ध, गांधी, आणि भगतसिंग
यांचा योग्य क्रम लावायला हवाय…
■

रमजान मुल्ला

5 / The War

He is wondering everywhere by making a spark..
At the bottom of the systym it has his own thought.
He is suffocated in blood
Left right, progressive retrograde etc etc ...
There are always torn people in his house
Tease him by the neighbour ..
Called him as stumbling movements ..
Everywhere at any noise when he heard,
First he realise himself.

Nowadays he wakes up from the sleep
He says Someone squeezing his throat ..
Any unknown person marked a pistol on his forehead..

This is the roaring crow of terror of any age
Who knocks the steel rod on the walking foot ?

Yesterday I saw him giving a very smooth speech.
"God will punish the sinner ... he will go to hell," he said firmly..
Oh god ...
I mean ...
Has anyone even attacked his free breath?
Of ..
He must have been wrapped around himself
The shield of wisdom with fear ..
Is it because of this that the movement is bent in the same way?
The spark in him where he surrendered ..

I just think so ..
Before the trumpet of war is blown.
By writing
Among them are Buddha, Gandhi, and Bhagat Singh
I want to put them in the right order.

■

Original Marathi poem by : Ramjan Mulla
Translated by : Arun Kapase

गीतेश गजानन शिंदे

१ / स्वप्नं

ज्यांना उद्याच्या सूर्याची नाहीये शाश्वती

ज्यांच्या खिडक्यांच्या काचा केव्हाच फुटल्यात

कानठळ्या बसवणाऱ्या बाँब हल्ल्यांनी

ज्यांच्या आभाळाच्या तुकड्यात

किलबिलाटाच्या जागी

उमटताहेत फायटर प्लेनच्या किंकाळ्या

शेतात ट्रॅक्टर ऐवजी फिरताहेत रणगाडे

वारा वाहतोय भिती बनून

मशिनगनने चाळणी झालेल्या ज्यांच्या भिंतींतून

पाणीही विसरलंय निर्मळ रंग स्वतःचा

जे घेतात घोट-घोट चव रक्ताची आताशा

ज्यांच्या श्वासात मिसळलीय बारूद मिश्रीत हवा

ज्यांची पाटी केव्हाच फुटलीये

शाळेत सापडताहेत काडतुसं खडूंऐवजी

ज्यांच्या दप्तरात भरली गेलीय

तिरस्काराची राख भविष्य म्हणून

ज्यांच्या आयुष्याचींच झालीय निर्वासित छावणी

आठवत नाहीये ज्यांना जन्मदात्यांचा चेहरा

ज्यांचं नाहीये काहीच घेणं-देणं आंतरराष्ट्रीय राजकारणाशी

जे आता विसरलेत दचकणंही शांत झोपेसोबत

जे एका पावाच्या तुकड्यासाठीही बनलेत स्वतःचेच शत्रू

जे नाहीत सुरक्षित अल्लाच्या दारीही

ती मुलं,

कोणती स्वप्नं पाहत असतील

तुमच्या जगाच्या उज्ज्वल भविष्यासाठी?

■

गीतेश गजानन शिंदे

Geetesh Gajanan Shinde

1 / Dreams

Those who are not sure
to see tomorrow's sun
Due to heavy bombings
whose window panes are
broken,
In their piece of the sky
instead of chirping of birds
the screams of fighter planes
are rising,
Instead of tractors
tanks are moving in the farms,
Fear is blowing like a wind
within the walls
through drilled holes
by machine gun bullets,
Water has forgotten
pure colour of its own
Those who drink
sips of blood,
Who are breathing the air
mixed with gunpowder
Whose slates was bursted long
back,
Instead of chalks
cartridges are found in schools
Whose backpacks have been
filled
with the ashes of hatred
as the future,

Whose life itself became
refugee camp
Who can't even remember
the face of their parents,
Those who have nothing to do
with international politics
Those who have forgotten to
slumber
with a sound sleep,
Those who became enemy
of themselves
for a single piece of bread,
Those who are not even safe
in the mosques,
Those children
are having exactly what kind of
dreams
for brightening future
of your sophisticated world ?
■

Original Marathi poem & translation by:
Geetesh Gajanan Shinde

२ / ठणका

ठणका लागलाय ग मनाला
थोडी हळद दाबशील ?
निदान काढ तरी रक्त साकळलेलं
वाहू देत तुझ्या आठवणी भळाभळा
पण मारू नकोस फुंकर
पुन्हा त्यावर
खपलीची जळमटं
नकोत मनावर
■
गीतेश गजानन शिंदे

2 / Ouch

Ouch!
It's paining deep inside the heart,
Can u press
some turmeric powder on that?
At least remove that clotted blood
Let your memories flow,
But don't again blow
an air of empathy
to assuage my pain:
I do not wish to heal
that wound
by gossamers of dead skin.

■

Original Marathi poem & translation by: Geetesh Gajanan Shinde

३ / *तपशीलासाठी*

हरवले आहेतची पत्रकं
दिसतात रेल्वे स्टेशन,
बस स्टँडवर डकवलेली
तपशील तसा नेहमीचाच
वय, उंची, रंग, बांधा
कृष्णधवल छायाचित्रातून
कधीच ताडता न येणारा
नि संपर्कासाठी क्रमांकही...

न राहवून मी लावतो फोन
जाणू पाहतो परिजनांकडून
त्या व्यक्तीचं नेमकं काय हरवलं होतं;
हरवण्याच्या दिवशी.
जी व्यक्ती इतकीही नाही लहान
अथवा बालिश
जिचं सुटावं जत्रेत बोट
अन् फिरत राहावी
जगाच्या आकाश पाळण्यात
भोवळ येईस्तोवर,
जिला सापडू नये
आपल्या घराचा रस्ता
आठवू नये शहर
कोणता ऋतू, कुठलाच प्रहर,
उरू नये उगवत्या-मावळत्या
दिवसाची भ्रांत
जिच्या नावातील 'मी'
केव्हाच मरण पावल्याचीही
बोचू नये खंत.

तो नेमका कोणता दिवस होता
ज्या दिवशी त्या व्यक्तीने तोडले
घरी परतण्यासाठी लागणारे
मनाचे मेंदूशी असलेले
जीपीएस सिग्नल?
कुठल्याच नजरेने ओळखली नाही
तिच्या मनातली खळबळ?
जिचा सापडेलही कदाचित ठाव ठिकाणा
पण मन नसेल थाऱ्यावर
नात्यातील बाष्पही
उडून गेलं असेल वाऱ्यावर;
यावर समोरचा फोन केव्हाच कट
अन्
माझाच चेहरा
हरवले आहेतच्या पत्रकावर पेस्ट
तपशीलासाठी माझ्या कवितांतील काही
तुकड्यांसकट.

∎

गीतेश गजानन शिंदे

3 / For Details

Posters of 'Missing'
are found ducked
at the railway stations,
bus stands.
Details are as usual
Age, height, color, build
Which can't be made out of
black & white picture.
Also some contact numbers
written at the end.

I dial those numbers impatiently
to find out from relatives
what exactly did that person lose
on the day he went missing,
A person who is not so small
or childish
who left at funfair
and kept moving
in giant wheel
until he faints,
That person can't he find
his way back to home,
Neither remembers
the city he belongs
nor the seasons,
Even which hour.
Not bothered about
day or night
Or don't even worry
for his name
& self respect.
Exactly what day it was
when that person broke up

all GPS signals
connecting brain & mind
needs to return back home ?
Nobody could able to
recognise
feeling of emptiness
in his eyes ?
Someone might able to locate
him back
but he may be
completely out of his mind
Even the emotions
in the relationship
must have vaporised,
On all this dialogue
call gets abruptly disconnected
and I found my own face
pasted
on the 'Missing' poster
With a few pieces
from my poems
for details.
■

*Original Marathi poem & translation
by: Geetesh Gajanan Shinde*

४ / हार्डडिस्क

हार्डडिस्कच बदलता आली मनाची
किंवा करता आली मेमरीतून डिलीट नाती,
ते प्रसंग, त्या भेटी, तुझं नाव
तुझ्याभोवती पिंगा घालणारं अस्तित्वाचं गाव
मनाचा ड्राईव्हरच निकामी केलाय व्हायरसने
ज्याचा उपलब्ध नाही अँटिव्हायरसही
फॉरमॅट करावं स्वत:ला
तर इन्स्टॉलेशनचे सारे प्रोग्राम तू घेऊन गेलेलीस
आता आयुष्यच रिसायकल बिनमध्ये टाकायला हवं
∎

गीतेश गजानन शिंदे

4 / Hard disc

I wish I could change the hard disc of my mind
Or delete all those associations,
Those incidents, trysts, your name
and my world lingering around you.
Driver of mind is being corrupted by viruses
Whose antivirus is not even available.
How to format myself,
You took away already
all the installation programs,
Now I should dump my life
in recycle bin.

■

Original Marathi poem & translation by : Geetesh Gajanan Shinde

५ / झाडांची फोटोबायोग्राफी

सिमेंटची जगलं
तशी नवी नाहीत;
पण या जंगलात
शेवटचं बहरलेलं झाड दिसलं
तर आश्चर्य वाटायला हरकत नाही!
मग या झाडाला
उपटायचं मुळांसकट
की तिकीट लावून
कॅश करायचं मार्केट?
राहिला प्रश्न ऑक्सिजनचा
तोही निर्माण करू प्रयोगशाळेत,
किंवा घडवू बदल डीएनएत
कार्बनडायऑक्साईड पचवण्यासाठी,
ओझोनची छत्रीही शिवून घेऊ
झाडांच्या सालींनी
अथवा आकाशालाच फासू
सनस्क्रीन लोशन,
या मातीत आधी झाडंही रुजायची
हे सांगण्यासाठी प्रकाशित करू
झाडांची फोटोबायोग्राफी
तेवढीच आठवण
पुढच्या पिढ्यांना झाडांची

■

गीतेश गजानन शिंदे

5 / Photobigraphy of trees

The jungles of cement concrete are not new
Though trees left on the planet are very few,
That day will come fast
When an only tree on earth will last...
Let's decide,
To uproot that tree too
Or encash it by ticketing
and building statue ?
The question of oxygen
can be solved
by manufacturing it in lab
Or changing our DNA
to digest CO_2 and other trash,
The bark of wood can be used
for stitching umbrella of ozone layer
Or should we coat the scorching sky
by sunscreen lotion
to cut the harmful glare,
That the soil was once fertile
can be told by publishing
photobiography of trees
The only memory for next generations
there was a tree breeze.

■

Original Marathi poem & translation by : Geetesh Gajanan Shinde

हेमंत गोविंद जोगळेकर, पुणे (जन्म : ३० ऑक्टोबर १९४८)
कवितासंग्रह : होड्या, माझा (पण) बेहद्द नाममात्र घोडा, मनातले घर,
उघडे पुस्तक, तिसरा डोळा, उत्तरायण, Boats (in english)
Hemant Govind Joglekar, Pune (**B'day** : 30 October 1948)
Poetry Books : *Hodya, Maja (Pan) Behadda Nammatra Ghoda, Manatale Ghar, Ughade Pustak, Tisara Dola, Uttarayan*, Boats
Contact : +91 94235 82565 / 83296 14371
e-mail : hemantjoglekar@yahoo.co.in

डॉ. नीलिमा माधव गुंडी, पुणे (जन्म : १४ ऑक्टोबर १९५२)
कवितासंग्रह : स्पर्शरेषा, प्रकाशाचे अंग, जगण्याच्या कोलाहलात
Dr. Neelima Madhav Gundi (**B'day** : 14 October 1952)
Poetry Books : *Sparshresha, Prakashache Anga, Jaganyachya Kolahalat*
Contact : +91 98810 91935
e-mail : nmgundi@gmail.com

डॉ. सिसिलिया काव्हॅलो, वसई-मुंबई (जन्म : २३ एप्रिल १९५६)
कवितासंग्रह : उन्मेष, अंतर्यामी, सूर्य किरणात आला, पंख,
दारातल्या रांगोळीचे रंग, माणूस उरून काढावा लागतोय
Dr. Cecilia Carvalho, Vasai (**B'day** : 23 April 1956)
Poetry Books : *Unmesh, Antaryaami, Surya Kiranaat Aalaa, Pankh, Daratlyaa Rangoliche Rang, Maanus Ukarun Kadhava Lagtoy*
Contact : +91 94223 85050
e-mail : drceciliacar@gmail.com

अंजली कुलकर्णी, पुणे (जन्म : १८ ऑक्टोबर १९५८)
कवितासंग्रह : मी एक स्त्रीजातीय अस्वस्थ आत्मा; संबद्ध; बदलत
गेलेली सही; रात्र, दुःख आणि कविता
Anjali Kulkarni, Pune (**B'day** : 18 October 1958)
Poetry Books : *Mee Ek Streejatiy Aswasth Aatma; Sambaddha; Badlat Geleli Sahi; Ratra, Dukha aani kavita*
Contact : +91 99220 72158
e-mail : anjalikulkarni1810@gmail.com

मनोहर रामदास सोनवणे, पुणे (जन्म : २४ नोव्हेंबर १९५९)
कवितासंग्रह : एक शहर सुनसान
Manohar Sonawane, Pune (**B'day** : 24 November 1959)
Poetry Books : *Ek Sunsaan Shahar*
Contact : +91 97633 58895
e-mail : manohar.sonawane1959@gmail.com

रवीन्द्र दामोदर लाखे, कल्याण (**जन्म** : १५ जून १९५३)
कवितासंग्रह : जिव्हार, संपर्कक्षेत्राच्या बाहेर, अवस्थांतराच्या कविता, जीवेलागणीच्या कविता

Ravindra Damodar Lakhe, Kalyan (**B'day** : 15 June1953)
Poetry Books : *Jivhar, Samparkkshetrachya Baaher, Avasthantarachya Kavita, Jeevelagnichya Kavita*
Contact : +91 98693 96369
e-mail : lakheravida@gmail.com

सुनंदा भोसेकर, माजिवडे-ठाणे (**जन्म** : १५ सप्टेंबर १९५८)
कवितासंग्रह : अनोळखी प्रदेशात, रे गोपाळा,

Sunanda Bhosekar, Majiwade-Thane
(**B'day** : 15 September 1958)
Poetry Books : *Anolkhi Pradeshat, Re Gopala*
Contact : +91 96192 46941
e-mail : sunandabhosekar@gmail.com

भारती बिर्जे डिग्गीकर, वांद्रे-मुंबई (**जन्म** : २६ एप्रिल १९५९)
कवितासंग्रह : मध्यान्ह, नीलमवेळ, नक्षत्रलिपी

Bharati Birje Diggikar, Bandra (W.)-Mumbai
(**B'day** : 26 April 1959)
Poetry Books : *Madhyanha, Neelamvel, Nakshatralipi*
Contact : +91 80807 44022
e-mail : bharati.diggikar@gmail.com

श्रीधर नांदेडकर, औरंगाबाद (**जन्म** : २१ जुलै १९६६)
कवितासंग्रह : सूफी प्रार्थनांच्या किनाऱ्यावरून, परतीचा रस्ता नाहीय

Shridhar Nandedkar, Aurangabad (**B'day** : 21 July 1966)
Poetry Books : *Soofi Prarthananchya Kinaryavaroon, Particha Rasta Nahiy*
Contact : +91 94232 33631
e-mail : shri.nandedkar@gmail.com

अजय बाळकृष्ण कांडर, कणकवली-सिंधुदुर्ग (**जन्म** : ९ ऑगस्ट १९७०)
कवितासंग्रह : आवानओल, हत्ती इलो, युगानुयुगे तूच

Ajay Balkrushna Kandar, Aurangabad
(**B'day** : 9 August 1970)
Poetry Books : *Aawaanol, Hatti Eelo, Yuganuyuge Tooch*
Contact : +91 94043 95155
e-mail : ajay.kandar@gmail.com

पी. विठ्ठल, नांदेड (जन्म : १ जून १९७५)
कवितासंग्रह : माझ्या वर्तमानाची नोंद, शून्य एक मी
P. Vitthal, Nanded (**B'day** : 1 June 1975)
Poetry Books : *Majhya Vartamanachi Nond, Shoonya Ek Mee*
Contact : +91 98502 41332
e-mail : p.vitthal75@gmail.com

मीनाक्षी राजेंद्र पाटील, माहिम (प.)-मुंबई (**जन्म** : २६ जून)
कवितासंग्रह : इज इट इन युवर डीएनए
Meenakshi Rajendra Patil, Mahim(W.)-Mumbai
(**B'day** : 26 June)
Poetry Books : Is it in your DNA
Contact : +91 98207 37693
e-mail : pminakshi31@gmail.com

प्रतिभा सराफ, देवनार-मुंबई (**जन्म** : ३ डिसेंबर)
कवितासंग्रह : मात्र एक नाही, मातीत पूर्णत्वानं रुजण्यापूर्वी,
दुःख माझे कोवळे
Pratibha Saraph, Deonar-Mumbai (**B'day** : 3 December)
Poetry Books : *Matra Ek Nahi, Matit Purnatwane
Rujanyapurvi, Dukh Maze Kowale*
Contact : +91 98925 32795
e-mail : pratibha.saraph@gmail.com

वर्जेश ईश्वरलाल सोलंकी, विरार (प.)-मुंबई (**जन्म** : ३ जून १९७०)
कवितासंग्रह : वर्जेश ईश्वरलाल सोलंकीच्या कविता, ततपप
Varjesh Ishvarlal Solanki, Virar (W.) - Mumbai
(**B'day** : 3 June 1970)
Poetry Books : *Varjesh Ishvarlal Solankichya kavita,
Tatapapa*
Contact : +91 99754 77437
e-mail : varjesh12ka4@gmail.com

रमजान मशाक मुल्ला, नागठाणे-सांगली (**जन्म** : २३ जुलै १९८०)
कवितासंग्रह : अस्वस्थ काळरात्रिंचे दृष्टांत
Ramjan Mashak Mulla, Nagthane-Sangli
(**B'day** : 23 July 1980)
Poetry Books : *Aswastha Kaalratrinche Drushtanta*
Contact : +91 93725 40985
e-mail : ramjanmulla6505@gmail.com

गीतेश गजानन शिंदे, ठाणे (जन्म : १४ मे १९८५)
कवितासंग्रह : निमित्तमात्र

Geetesh Gajanan Shinde, Thane
(B'day : 14 May 1985)
Poetry Books : *Nimittamatra*
Contact : +91 98202 72646
e-mail : geeteshshinde@gmail.com

अनुवादक / *Translators*

- मकरंद परांजपे | (Makrand Paranjpe)
  Contact : +91 89880 38825 | e-mail : director@iias.ac.in

- आनंद माधव तट्टी | (Anand Madhav Tatti)
  Contact : +91 98861 09348 | e-mail : am.tatti@gmail.com

- डॉ. सुप्रिया सहस्रबुद्धे | (Dr. Supriya Sahasrabuddhe)
  Contact : +91 98225 29033 | e-mail : Supriya_yoga@yahoo.com

- सागर राजेंद्र अत्रे | (Sagar Rajendra Atre)
  Contact : +91 90990 51127 | e-mail : sratre@gmail.com

- रेमंड मच्याडो | (Raymond Machado)
  Contact : +91 86686 39989 | e-mail : raymondmachado@yahoo.com

- अदिती किरण खलदकर | (Aditi Kiran Khaladkar)
  Contact : +91 81491 13164 | e-mail : aditisonawane06@gmail.com

- सतीश बापट | (Sateesh Bapat)
  Contact : +91 98206 59559 | e-mail : bapatsateesh@gmail.com

- दिलीप विठ्ठल चव्हाण | (Dileep Vitthal Chavan)
  Contact : +91 99216 85536 | e-mail : dileepchavan1974@gmail.com

- अनिल केरबा फराकटे | (Anil Kerba Farakate)
  Contact : +91 94211 47767 | e-mail : akfarakate@gmail.com

- महेश लीला पंडित | (Mahesh Leela Pandit)
  Contact : +91 88306 80241 | e-mail : maheshleelapandit2@gmail.com

- अपर्णा विश्वासराव | (Aparna Vishwasrao)
  Contact : +91 98209 03796 | e-mail : aparna.vishwasrao@gmail.com

- **दिलीप झवेरी** । (Dileep Jhaveri)
  Contact : +91 99692 76911 । e-mail : dileepjhaveri@aol.in

- **अरुण सदाशिव कापसे** । (Arun Sadashiv Kapase)
  Contact : +91 98606 79502 । e-mail : arunkapase73@gmail.com

- **सचिन केतकर** । (Sachin Ketkar)
  Contact : +91 91066 40602 । e-mail : sachinketkar@gmail.com

- **निखिल दाते** । (Nikhil Date)
  Contact : +91 70387 91259 । e-mail : datenik7@gmail.com

●●●